ആശാനും മലയാളസാഹിത്യവും

assanum malayala sahithyavum

•

e m s namboodirippad

•

first edition
october 1995

•

second edition
april 2008

•

third edition
november 2012

•

fourth edition
december 2018

•

second impression
january 2021

•

typesetting & published
chintha publishers, thiruvananthapuram

•

cover
shahul aliyar

വിതരണം

ദേശാഭിമാനി ബുക്ക് ഹൗസ്

H O തിരുവനന്തപുരം-695 035
www.chinthapublishers.com
chinthapublishers@gmail.com

ബ്രാഞ്ചുകൾ

ഹെഡ്ഡാഫീസ് കുന്നുകുഴി • സ്റ്റാച്യു തിരുവനന്തപുരം • കെ എസ് ആർ ടി സി ബസ് സ്റ്റേഷൻ ആലപ്പുഴ • കെ എസ് ആർ ടി സി ബസ് സ്റ്റേഷൻ എറണാകുളം • ഐ ജി റോഡ് കോഴിക്കോട് • കെ എസ് ആർ ടി സി ബസ് സ്റ്റേഷൻ കോഴിക്കോട് • എൻ ജി ഒ യൂണിയൻ ബിൽഡിങ് കണ്ണൂർ • സെൻട്രൽ ബസ് ടെർമിനൽ കോംപ്ലക്സ് താവക്കര കണ്ണൂർ

CR - 1952 / 4816
ISBN - 978-93-82328-62-9

ആശാനും മലയാളസാഹിത്യവും

ഇ എം എസ് നമ്പൂതിരിപ്പാട്

ചിന്ത പബ്ലിഷേഴ്സ്
തിരുവനന്തപുരം-695 035

ഇ എം എസ് നമ്പൂതിരിപ്പാട്

1909 ജൂൺ 14 ന് ഏലങ്കുളത്ത് ജനിച്ചു. പിതാവ് പരമേശ്വ രൻ നമ്പൂതിരിപ്പാട്. മാതാവ് വിഷ്ണുദത്ത. ഭാര്യ ആര്യ അന്തർജനം. മക്കൾ മാലതി, ശ്രീധരൻ, രാധ, ശശി. ബി എ യ്ക്ക് പഠിക്കുമ്പോൾ സിവിൽ നിയമ ലംഘനത്തിൽ പങ്കെടുക്കാൻ കോളേജ് വിട്ടിറങ്ങി. പി കൃഷ്ണപിള്ള മുതലായവരോട് ചേർന്ന് 1934 ൽ കേരള കോൺഗ്രസ് സോഷ്യലിസ്റ്റ് പാർട്ടി രൂപീകരിച്ചു. 1934 മുതൽ 1940 വരെ കോൺഗ്രസ് സോഷ്യലിസ്റ്റ് പാർട്ടിയുടെ അഖിലേന്ത്യാ ജോയിന്റ് സെക്രട്ടറി. 1934 ലും 1938–40-ലും കെ പി സി സി സെക്രട്ടറി. കേരളത്തിൽ കമ്യൂണിസ്റ്റ് പാർട്ടി സ്ഥാപ കരിലൊരാൾ. 1941 മുതൽ പാർട്ടിയുടെ കേന്ദ്രകമ്മിറ്റി മെമ്പർ. 1950 മുതൽ പൊളിറ്റ് ബ്യൂറോ മെമ്പർ. 1953, 1954, 1955–56 വർഷങ്ങളിൽ ആക്ടിംഗ് സെക്രട്ടറി. 1962–63-ൽ ജനറൽ സെക്രട്ടറി. 1978 മുതൽ 1991 വരെ സി പി ഐ (എം) ജനറൽ സെക്രട്ടറി. സി പി ഐ (എം) പൊളിറ്റ് ബ്യൂറോ മെമ്പർ, *മാർക്സിസ്റ്റ് സംവാദത്തിന്റെ* പത്രാധി പർ, എ കെ ജി പഠനഗവേഷണകേന്ദ്രം ഡയറക്ടർ എന്നീ നിലകളിലും പ്രവർത്തിച്ചു.

1939 ൽ മദിരാശി അസംബ്ലിയിലേക്ക് തിരഞ്ഞെടുക്കപ്പെട്ടു. 1957, 1960, 1965, 1977 എന്നീ വർഷങ്ങളിൽ കേരള അസം ബ്ലിയിലേക്ക് തിരഞ്ഞെടുക്കപ്പെട്ടു. 1957–59ലും 1967–69ലും കേരളത്തിലെ മുഖ്യമന്ത്രി. 1998 മാർച്ച് 19ന് അന്തരിച്ചു.

ഉള്ളടക്കം

1

ആശാനു കിട്ടിയ സാംസ്കാരിക പാരമ്പര്യം

'**ഈ** പ്രഭാഷണ പരമ്പരയിൽ പങ്കെടുക്കാനുള്ള ക്ഷണം കിട്ടി യപ്പോൾ ഞാൻ സന്തോഷിച്ചു. എന്തുകൊണ്ടെന്നാൽ, ആശാനെക്കുറിച്ചും സാഹിത്യത്തെക്കുറിച്ചും പൊതുവിൽ എനിക്ക് വ്യക്തമായ ചില അഭി പ്രായങ്ങളുണ്ട്. അവ സാഹിത്യകാരന്മാരിൽ പലർക്കും രുചിച്ചില്ലെന്നു വന്നേക്കും. പക്ഷേ എനിക്ക് ഈ കാര്യത്തിലുള്ള വീക്ഷണമെന്താണ്, അഭിപ്രായങ്ങളെന്താണ്, എന്ന് അവരെ അറിയിക്കുന്നതാവശ്യമാണ്. അതിനൊരവസരം സർവകലാശാലയുടെ ആഭിമുഖ്യത്തിലുള്ള പരിപാ ടിമൂലം കിട്ടുന്നത് എന്നെ സംബന്ധിച്ചിടത്തോളം ഒരു ഭാഗ്യം തന്നെ യാണ്. ആ നിലക്കാണ് ഈ ക്ഷണം കിട്ടിയപ്പോൾ ഞാനതു സസ ന്തോഷം സ്വീകരിച്ചത്.

എന്താണ് എന്റെ അഭിപ്രായവും മറ്റ് സാഹിത്യകാരന്മാരുടെ അഭി പ്രായവും തമ്മിലുള്ള വ്യത്യാസം എന്ന് വിശദീകരിക്കുന്നതിന് മുമ്പ് ഡോ: രാമചന്ദ്രൻ നായർ സൂചിപ്പിച്ച "രാഷ്ട്രീയക്കാരും ബുദ്ധിജീവി കളും തമ്മിലുള്ള വ്യത്യാസ"ത്തെക്കുറിച്ചൊരു വിശദീകരണം നൽകേ ണ്ടതുണ്ട്. എന്നെ സംബന്ധിച്ചിടത്തോളം പറയുകയാണെങ്കിൽ രാഷ്ട്രീയം വിട്ടുള്ള യാതൊരു 'ബുദ്ധി'യും എനിക്കില്ല. പക്ഷേ രാഷ്ട്രീയ പ്രവർത്തനത്തിന്റെ ഭാഗമായിത്തന്നെ 'ബുദ്ധിജീവി'കളുടേ തെന്ന് പറയപ്പെടുന്ന ചില ജോലികൾ എനിക്ക് ചെയ്യേണ്ടിവന്നിട്ടുണ്ട്. വിശേഷിച്ച് കേരളത്തിന്റെ സാമൂഹ്യവ്യവസ്ഥ, രാഷ്ട്രീയ സംവിധാനം, സാംസ്കാരിക പുരോഗതി എന്നിവയെക്കുറിച്ച് മാർക്സിസ്റ്റ് വീക്ഷണം അതായത് ചരിത്രപരമായ ഭൗതികവാദത്തിന്റെ വീക്ഷണം, വച്ചുകൊണ്ട് ഞാൻ പഠിക്കാൻ നോക്കി.

ആ ശ്രമത്തിൽനിന്ന് രൂപംകൊണ്ട എന്റെ ആദ്യത്തെ കൃതിയാണു

മുപ്പത്തിരണ്ടുകൊല്ലം മുമ്പ് പ്രസിദ്ധീകരിച്ച എന്റെ 'കേരളം മലയാളി കളുടെ മാതൃഭൂമി.' ആ പുസ്തകം ആദ്യം പ്രസിദ്ധീകരിച്ചത് മൂന്ന് ഭാഗ മായിട്ടായിരുന്നു. പിന്നീടത് മൂന്നുഭാഗവും കൂടി ഒരൊറ്റ പുസ്തകമായി പ്രസിദ്ധീകരിച്ചു. ആ മൂന്നുഭാഗങ്ങളിൽ ആദ്യത്തേതിന്റെ തലക്കെട്ട് *ചരി ത്രത്തിലേക്കൊരു എത്തിനോട്ടം* എന്നായിരുന്നു. അതായത് ആദ്യകാല ചരിത്രം മുതലുള്ള ഒരു വിവരണം. രണ്ടാമത്തേത് *ബ്രിട്ടീഷ് ഭരണ ത്തിൻകീഴിൽ.* മൂന്നാമത്തേതിന്റെ തലവാചകം *നവീന കേരളത്തിന്റെ ഉദ്ഭവവും വളർച്ചയും.*

ഈ മൂന്നാം ഭാഗത്ത് ഇക്കഴിഞ്ഞ അരനൂറ്റാണ്ടിലധികം കാലമായി - ശരിക്ക് പറയുകയാണെങ്കിൽ ഇരുപതാം നൂറ്റാണ്ടിന്റെ ആരംഭത്തോടു കൂടി - ഈ സംസ്ഥാനത്ത് ഉടലെടുത്തു വളർന്നുവന്ന സാമൂഹ്യപരി ഷ്കാരപ്രസ്ഥാനം, രാഷ്ട്രീയ പ്രസ്ഥാനങ്ങൾ, തൊഴിലാളി പ്രസ്ഥാനം ഇവയെല്ലാമെങ്ങനെ രൂപംകൊണ്ടു, അനുക്രമം പുരോഗമിച്ചു, എന്നു വിവ രിക്കുകയാണ്. മൂന്നാംഭാഗം തുടങ്ങുന്ന രണ്ട് ഖണ്ഡിക ഇവിടെ പ്രസ ക്തമാണ്.

കൊല്ലവർഷം 1083-ൽ മലയാള സാഹിത്യത്തിൽ വിപ്ലവ കരമായ മാറ്റം വരുത്തിയ ഒരു കവിത പുറത്തുവന്നു: *വീണ പൂവ്.* അതിന്റെ വിഷയവും പ്രതിപാദനരീതിയും അന്നത്തെ മലയാള വായനക്കാർക്ക് പുത്തനായിരുന്നു. പൗരാണിക വിഷയങ്ങളെ ആസ്പദിച്ചും പുരാതനമായ സാഹിത്യനി യമങ്ങളെയും സങ്കേതങ്ങളെയും അനുസരിച്ചും എഴുതിയ പാട്ടുകൾക്കും പ്രബന്ധങ്ങൾക്കും പകരം പുതിയ വിഷയ ങ്ങളെടുത്ത് പുതിയ സങ്കേതങ്ങളും രീതികളും അനുസ രിക്കുന്ന ഒരു പുതിയ കാവ്യസരണി അത് വെട്ടിത്തെളിച്ചു.

റൊമാന്റിക്കെന്ന പേരൊന്നും ഞാൻ പറഞ്ഞിട്ടില്ല. ഇതെല്ലാം ചേർന്നാൽ റൊമാന്റിക്കാണെങ്കിൽ റൊമാന്റിക്കാണ്. അത് നിങ്ങൾക്ക് സ്വീകരിക്കാം.

അതിനെത്തുടർന്നു അതേപടി കുമാരനാശാൻ എഴുതിയ *നളിനി, ലീല, ദുരവസ്ഥ* മുതലായ കവിതകളും അവയെ ത്തുടർന്നു മറ്റു മലയാള കവികൾ - വള്ളത്തോൾ, ശങ്കര ക്കുറുപ്പ്, ചങ്ങമ്പുഴ മുതലായവർ - എഴുതിയ അത്തരം മറ്റ് കാവ്യങ്ങളും കഴിഞ്ഞ അരനൂറ്റാണ്ടുകാലത്തോളം മല യാള സാഹിത്യത്തെയാകെ എന്തെന്നില്ലാതെ പുഷ്ടിപ്പെ ടുത്തി. ഖണ്ഡകാവ്യപ്രസ്ഥാനമെന്ന പേരിലറിയപ്പെടുന്ന ആ പ്രസ്ഥാനത്തിന്റെ ആദ്യകവി, അയിത്തക്കാരനെന്ന പേരിൽ അകറ്റിനിർത്തപ്പെടുന്ന ഒരു സമുദായത്തിൽ ജനിച്ച ഒരാളായിരുന്നുവെന്ന പരമാർത്ഥം അദ്ദേഹം വെട്ടിത്തുറന്ന

കാവ്യസരണിയെപ്പോലെതന്നെ വിപ്ലവകരമായിരുന്നു. കേര
ളത്തിന്റെ പൊതുസംസ്കാരമെന്ന പേരിൽ നാമെല്ലാം അഭി
മാനം കൊള്ളുന്ന പുരാതന നാടുവാഴി സംസ്കാര
ത്തിൽനിന്നും ആ സംസ്കാരത്തിനടിസ്ഥാനമായിരുന്ന
സാമൂഹ്യഘടനയിൽ നിന്നും ആട്ടിയകറ്റപ്പെട്ടതും ആ കാര
ണത്താൽത്തന്നെ ആ സംസ്കാരത്തെ പുഷ്ടിപ്പെടുത്ത
ത്തക്ക വിലയേറിയ യാതൊരു സംഭാവനയും നൽകാൻ
കഴിയാത്തതുമായ ഒരു സമുദായത്തിലാണ് ജനിച്ചതെ
ങ്കിലും മൂന്നുനാലു ഖണ്ഡകാവ്യങ്ങളെഴുതിക്കഴിഞ്ഞപ്പോ
ഴേക്കും അദ്ദേഹം മഹാകവിപ്പട്ടത്തിനർഹനായി. സാഹി
ത്യത്തിലെ സവർണ്ണകുത്തകയെ തന്റെ അസാമാന്യമായ
കവിതാവാസന കൊണ്ട് അദ്ദേഹം പൊളിച്ചു.

ആശാനെക്കുറിച്ചാണ് തുടങ്ങുന്നതെങ്കിലും ആശാനിൽ നിന്നു
ഞാൻ പിന്നെ ചന്തുമേനോനിലേക്കു പോകുന്നു. പിന്നെ കേസരി നായ
നാരിലേക്കും. യഥാർഥം പറയുകയാണെങ്കിൽ ഈ പുസ്തകത്തിലെ
ഇരുപതിലധികം പേജിൽ *നവീന കേരളത്തിന്റെ ഉദ്ഭവവും വളർച്ചയും*
എന്നതിന്റെ മുന്നോടിയായി സാഹിത്യരംഗത്തും, സാംസ്കാരികരംഗ
ത്തും, ഉണ്ടായിട്ടുള്ള പുതിയ മുന്നേറ്റത്തെയാണ് ഞാൻ വിവരിക്കുന്ന
ത്. ഇത് സൂചിപ്പിക്കുന്നതെന്ത്? സാഹിത്യത്തെയും പൊതുവിൽ
സംസ്കാരത്തെയും ഞാൻ കാണുന്നത് ദന്തഗോപുരത്തിലുരുന്നുകൊണ്ട്
സാഹിത്യരചന നടത്തുന്ന ഏതാനും പ്രതിഭാശാലികളുടെ കൃതികളാ
യല്ല. സാമൂഹ്യജീവിതത്തിന്റെ വിവിധ മേഖലകളിൽ അനുസ്യൂതം വന്നു
കൊണ്ടിരിക്കുന്ന പരിവർത്തനങ്ങളുടെ സന്തതികളും അവയെ മുന്നോട്ടു
നയിക്കുന്നതിൽ സജീവ പങ്കാളികളുമായാണ്. മറ്റു പല സാഹിത്യകാ
രന്മാരും സാഹിത്യത്തെ സമീപിക്കുന്നത് സമൂഹത്തിൽ നിന്നകന്നു
നിന്നുകൊണ്ടാണെന്ന് എനിക്കു തോന്നുന്നു. അവരുമായി ഒരു വാദവി
വാദത്തിന് ഇവിടെ ഞാൻ ഒരുങ്ങുന്നില്ല. എന്റെ സമീപനം എന്താണെന്ന്
വ്യക്തമാക്കുക മാത്രമാണ് ഞാൻ ചെയ്യുന്നത്.

ആധുനിക കാലത്തെക്കുറിച്ചു മാത്രമാണ് ഞാനിവിടെ പറഞ്ഞ
തെങ്കിലും ഭൂതകാല ചരിത്രത്തിനും ഇത് ബാധകമാണ്. *കേരളം മല
യാളികളുടെ മാതൃഭൂമി* എന്ന ഗ്രന്ഥത്തിൽ ചരിത്രപരമായി മലയാള
സാഹിത്യത്തിനുണ്ടായ വളർച്ച, ചെറുശ്ശേരിയുടെയും എഴുത്തച്ഛന്റെയും
കാലം മുതൽക്കുള്ളത്, പരാമർശിച്ചിട്ടുണ്ട്. സമൂഹത്തിൽ എന്തെന്ത് മാറ്റ
ങ്ങൾ വന്നു, ആ മാറ്റങ്ങളെ കവികളും സാഹിത്യകാരന്മാരും എങ്ങനെ
പ്രതിഫലിപ്പിച്ചു; ആ മാറ്റത്തെ കുറേക്കൂടി മുമ്പോട്ടു കൊണ്ടുപോകാൻ
അവരുടെ കൃതികൾ, അവരുടെ പ്രവർത്തനം എങ്ങനെ സഹായിച്ചു –
ഈ നിലയ്ക്കാണ് ഞാൻ സാഹിത്യത്തെ പരിശോധിക്കുന്നത്.

അതായത്, സാഹിത്യകാരന്റെ പ്രതിഭയെ ഒരൊറ്റപ്പെട്ട പ്രതിഭാസ
മായിട്ടല്ല ഞാൻ കാണുന്നത്; സാഹിത്യകാരന്റെ കലാശിൽപമെന്നു പറ

യുന്നതിനെ അയാളുടെ ആത്മനിഷ്ഠമായ പ്രവർത്തനത്തിന്റെ ഫലമായി മാത്രമല്ല ഞാൻ കാണുന്നത്. തീർച്ചയായും സാഹിത്യകാരന് അയാളു ടേതായ സവിശേഷ പ്രതിഭയുണ്ട്. ആ പ്രതിഭക്ക് യോജിച്ച രചനാശിൽപം അയാൾ തന്നെയാണാവിഷ്കരിക്കുന്നത്. സാഹിത്യകാരന്റെ ഈ വൈയ ക്തിക പ്രതിഭ, അദ്ദേഹത്തിന്റെ വ്യക്തിമാഹാത്മ്യം, അദ്ദേഹത്തിന്റെ രച നാശിൽപത്തിന്റെ മേന്മ – ഇതെല്ലാം പരിശോധിക്കാനാണ് എന്റെ പല സുഹൃത്തുക്കളും ശ്രമിക്കുന്നതെങ്കിൽ ഞാൻ ശ്രമിക്കുന്നത് സാഹിത്യ കാരൻ വ്യക്തിയെന്ന നിലയ്ക്ക് എങ്ങനെ ഉണ്ടായി എന്നു കണ്ടുപിടി ക്കാനാണ്. ഏത് വ്യക്തിയും സമൂഹത്തിന്റെ സൃഷ്ടിയാണ്. സാഹിത്യ കാരനടക്കം എല്ലാ പ്രതിഭാശാലികൾക്കും ഇത് ബാധകമാണ്. അപ്പോൾ, സാഹിത്യകാരന്റെ പ്രതിഭയെ ശരിയായി വിലയിരുത്തണമെങ്കിൽ അയാളെ സൃഷ്ടിച്ച സമൂഹം, അയാളുടെ പ്രതിഭക്ക് വളരാനും ശോഭി ക്കാനും കഴിഞ്ഞ സാഹചര്യം എന്നിവ പരിശോധിക്കണം. എഴുത്തച്ഛ ന്റെയും ആശാന്റെയുമെല്ലാം കാര്യത്തിൽ ഇത്തരമൊരു പരിശോധന യാണ് ഞാൻ നടത്തുന്നത്.

നമ്മുടെ സാഹിത്യജീവിതത്തിന്റെ എല്ലാ തുറകളിലും ചരിത്രപര മായി വന്ന പരിവർത്തനങ്ങൾ *മാർക്സിസ്റ്റ് വീക്ഷണത്തിൽ നിന്നു കൊണ്ടു പഠിക്കാൻ നടത്തിയ ആദ്യ പരിശ്രമമായിരുന്നു കേരളം മല യാളികളുടെ മാതൃഭൂമി.* പക്ഷേ അതൊരു ആദ്യ പരിശ്രമം മാത്രമായി രുന്നു.

അതിന്റെ അപൂർണ്ണതകൾ, ദൗർബല്യങ്ങൾ എന്നിവയെക്കുറിച്ചു മറ്റാരെക്കാളും ബോധവാനായിരുന്നു ഞാൻ. ഈ ദൗർബല്യങ്ങൾ കഴി യുന്നത്ര പരിഹരിക്കാൻ ഞാൻ നടത്തിയതും ഇന്നും നടത്തിക്കൊണ്ടി രിക്കുന്നതുമായ ശ്രമത്തിന്റെ ഫലം ഈ പ്രഭാഷണത്തിൽ പ്രതിഫലി പ്പിക്കാൻ കഴിയുമെന്നാണെന്റെ ആശ.

32–കൊല്ലം മുമ്പ് എന്റെ ഗ്രന്ഥം പുറത്തുവന്നതിൽ പിന്നീട് അതിന്റെ ഉള്ളടക്കത്തെ സംബന്ധിച്ച് ഒട്ടേറെ വാദവിവാദങ്ങൾ ഈ സംസ്ഥാനത്തെ പണ്ഡിതന്മാരുടെ ഇടയിൽ നടന്നിട്ടുണ്ട്. എന്റെ വാദ മുഖങ്ങളെ ഖണ്ഡിച്ചുകൊണ്ട് ഒട്ടേറെ പ്രശസ്ത പണ്ഡിതന്മാർ – അന്ത രിച്ച ഇളംകുളം കുഞ്ഞൻപിള്ളയടക്കം പലരും – അവരവരുടെ അഭി പ്രായങ്ങൾ പ്രസിദ്ധീകരിക്കുകയുണ്ടായി. അവയിൽ പലതിനും ഞാൻ മറുപടിയും പറഞ്ഞു. ഇവയിലേത് ശരി, ഏത് തെറ്റ്, എന്ന വാദത്തി ലേക്കു ഇപ്പോൾ ഞാൻ പോകുന്നില്ല. അതിന്റെ ആവശ്യവുമില്ല. ആദ്യം തുടങ്ങിയേടത്ത് ഞാൻ ഇപ്പോൾ നിൽക്കുന്നില്ലെന്ന് തുറന്നു പറയട്ടെ, വാദവിവാദങ്ങളുടെ ഫലമായി എന്റെ ആദ്യത്തെ നിലപാടിൽ ഉണ്ടായി രുന്നുവെന്നു എനിക്ക് ബോധ്യപ്പെട്ട തെറ്റുകൾ മനസിലാക്കി തിരുത്താൻ ഞാൻ ശ്രമിച്ചിട്ടുണ്ട്. അതോടൊപ്പം, എന്റെ പ്രതിയോഗികളുടെ നില പാടിൽ ഗൗരവാവഹമായ ചില കുറവുകൾ ഉണ്ട് എന്ന് എനിക്ക് തോന്നു കയും ചെയ്തിട്ടുണ്ട്. അതിന്റെ വിശദാംശങ്ങളിലേക്ക് കടക്കാതെ, കേര

ളത്തിന്റെ സാമൂഹ്യ - സാംസ്കാരിക വളർച്ച സംബന്ധിച്ച് ചില സംഗ
തികൾ പൊതുവെ പറയാനേ ഞാനിവിടെ മുതിരുന്നുള്ളൂ.

മലയാളഭാഷ, സാഹിത്യം എന്നിവയുടെ വളർച്ച കേരളത്തിലെ
സാമൂഹ്യ ജീവിതത്തിൽ കാലാകാലമായി വന്നിട്ടുള്ള പരിവർത്തനങ്ങ
ളുമായി ബന്ധപ്പെട്ടാണ് കിടക്കുന്നത്. അപ്പോൾ, കേരളത്തിലെ സമൂഹം
എങ്ങനെ വളർന്നു, ആ വളർച്ചയുടെ തുടക്കവും വിവിധ ഘട്ടങ്ങളും
എങ്ങനെ - ഇവിടെ നിന്നാണ് നമ്മുടെ പരിശോധന തുടങ്ങേണ്ടത്.

ചരിത്രാതീത കാലത്ത് പ്രാകൃതകമ്യൂണിസം എന്ന് വിളിക്കപ്പെ
ടുന്ന ഒരു സമൂഹമുണ്ടായിരുന്നു. നമ്മുടെ നാട്ടിലെ മാവേലിനാടിന്റെ
ഐതിഹ്യം അതിലേക്കാണ് വിരൽ ചൂണ്ടുന്നത്. പൂർണ്ണമായ സമത്വം,
ഐശ്വര്യം ഇതെല്ലാമുള്ള ഒരു സമൂഹം. ആ തരത്തിലുള്ള ഒരു സമൂഹം
ഇവിടെ കേരളത്തിലും നിലനിന്നിരുന്നു. ആ സമൂഹം പോയി വർഗസ
മൂഹം നിലവിൽ വന്നു. ഇതാണ് കേരളചരിത്രം സംബന്ധിച്ച എന്റെ
വ്യക്തമായ അഭിപ്രായം.

അതായത് ലോകത്തിലെല്ലായിടത്തുമെന്നപോലെ ഇവിടെയും
ഇന്ത്യയിലാകെയും അതിപ്രാചീനയുഗത്തിൽ നിലവിലിരുന്ന വർഗര
ഹിത (പ്രാകൃതകമ്യൂണിസ്റ്റ്) സമൂഹത്തെ തകർത്ത് ചൂഷക - ചൂഷിത
വർഗങ്ങളുടെ വൈരുധ്യത്തിനു ചുറ്റും കറങ്ങുന്ന ഒരു വർഗസമൂഹം ഉട
ലെടുത്താണ് ചരിത്രത്തിന്റെ തുടക്കം. അതിൽ പിന്നീടുള്ള ചരിത്രമാ
കട്ടെ, ഇ വിരുദ്ധ (ചൂഷക-ചൂഷിത) വർഗങ്ങൾ തമ്മിലുള്ള സംഘട്ടന
ങ്ങളുടെ ചരിത്രമാണ്. ഈ സാമാന്യ നിയമത്തിനതീതമല്ല ഇന്ത്യയും
കേരളവും.

ഗ്രീസ്, റോം മുതലായ പുരാതന യൂറോപ്യൻ രാജ്യങ്ങളിൽ
പ്രാകൃത കമ്യൂണിസം തകർന്ന് തൽസ്ഥാനത്ത് രൂപംകൊണ്ടത് അടി
മയും ഉടമയും എന്ന ഒരു വർഗവിഭജനവും വർഗവൈരുധ്യവുമാണ്.
ഇന്ത്യയിലങ്ങനെയല്ല വന്നത്. ഇന്ത്യയിൽ പഴയ പ്രാകൃതകമ്യൂണിസ
ത്തെ, അല്ലെങ്കിൽ ഗോത്രസമൂഹത്തെ തകർത്തത് ആര്യന്മാരാണ്. ആര്യ
ന്മാർ തങ്ങളുടെ ആയോധനശക്തി ഉപയോഗിച്ച് ഗോത്രവർഗസമൂഹത്തെ
തകർത്തു. തകർത്തു എന്നുപറഞ്ഞാൽ അത് അടിമുടിപോയി എന്നർത്ഥ
മാക്കരുത്. ആ സമൂഹം ഇന്നും ഇന്ത്യയിൽ പലേടത്തും നിലനിൽക്കു
ന്നുണ്ടെന്നതൊരു സത്യമാണ്. വടക്കുകിഴക്കൻ ഇന്ത്യയിൽ അതൊരു
സജീവ രാഷ്ട്രീയ പ്രശ്നം തന്നെയായി പൊന്തിവന്നിട്ടുണ്ട്. ഇതൊക്കെ
യാണെങ്കിലും, ആ പഴയ ഗോത്രവർഗസമൂഹം വലിയൊരളവിൽ
തകർന്നു. അതിനുപകരം വന്നതാകട്ടെ, ആദ്യം ചാതുർവർണ്യമാണ്.
ചാതുർവർണ്യം വളരുന്നതിനിടക്ക് വിദേശീയാക്രമണങ്ങളുണ്ടായി. ഇസ്ലാ
മിക ആക്രമണങ്ങളുടെ ഒരു പരമ്പരതന്നെ. അതിന്റെയെല്ലാം അല ഈ
സമൂഹത്തിൽ അടിച്ചു. അങ്ങനെ ആഭ്യന്തരവും വൈദേശികവുമായ പല
സംഭവവികാസങ്ങളുടെയും ഫലമായി ആദ്യത്തെ ചാതുർവർണ്യ
വ്യവസ്ഥ ഇന്നത്തെ ജാതിവ്യവസ്ഥയായി മാറി.

ജാതിവ്യവസ്ഥയെന്ന മറയ്ക്ക് പിന്നിലാണ് ഇന്ത്യയിലെ വർഗവി ഭജനവും വൈരുധ്യവും നിലനിന്നതെന്നർത്ഥം. ചൂഷക - ചൂഷിത ബന്ധ മെന്ന യാഥാർത്ഥ്യത്തെ മൂടിവയ്ക്കാൻ ജാതിവ്യവസ്ഥയ്ക്ക് കഴിഞ്ഞു. ഇതാണ് ഗ്രീസിലും റോമിലും രൂപംകൊണ്ട അടിമ - ഉടമബന്ധവും ഇന്ത്യയിലെ വർണാശ്രമ - ജാതിബന്ധവും തമ്മിലുള്ള വ്യത്യാസം. നേരിട്ടുതന്നെ അടിമയും ഉടമയും എന്നുള്ള ബന്ധമായിരുന്നു ഗ്രീസിലും റോമിലും. ഇവിടെയോ? ആദ്യം വർണവിഭജനം - മൂന്ന് 'ഉന്നത' വർണ ങ്ങളും ശൂദ്രരും. പിന്നീട് എണ്ണമറ്റ ജാതികളും ഉപജാതികളുമെന്ന വിഭ ജനം. ഇതാണ് നിലവിൽ വന്നത്. പക്ഷേ, ഈ വർണ - ജാതിബന്ധ ത്തിന്റെ പിറകിൽ ആദ്യം അടിമ - ഉടമബന്ധവും പിന്നീട് അടിയാള - യജമാന ബന്ധവുമെന്ന യാഥാർത്ഥ്യമാണുണ്ടായിരുന്നത്.

കേരളത്തിലേക്ക് വരുമ്പോഴാകട്ടെ, സ്ഥിതിഗതികൾ മാറുന്നു. മറ്റി ടങ്ങളിലെന്നപോലെ കേരളത്തിൽ ചാതുർവർണ്യമില്ല. ചാതുർവർണ്യ ത്തിൽപ്പെട്ട ക്ഷത്രിയനെവിടെ? വൈശ്യനെവിടെ? യഥാർത്ഥം പറയുക യാണെങ്കിൽ, ചാതുർവർണ്യവ്യവസ്ഥക്കനുസരിച്ചുള്ള ക്ഷത്രിയർ ഇവിടെ നായന്മാരാണ്. വൈശ്യനെന്നൊരു ജാതി കേരളത്തിലെ ജാതി വ്യവസ്ഥക്ക് കീഴിലില്ല. ചാതുർവർണ്യം വടക്കുനിന്ന് ഇങ്ങോട്ടു വരുന്ന തിനു മുമ്പുതന്നെ അറബികളും ഫിന്നീഷ്യരും ജൂതരും മറ്റും ഇവിടെ വന്ന് കച്ചവടം തുടങ്ങിയിരുന്നു. അതുകൊണ്ടാണ് ഇവിടെ വൈശ്യർ ഒരു ജാതി അല്ലാതായത്.

ക്ഷത്രിയന്റെ കാര്യമെടുത്താലോ? ആയോധനം നടത്തുന്നവരാണ് ക്ഷത്രിയരെങ്കിൽ ഇവിടത്തെ ക്ഷത്രിയർ നായന്മാരാണ്. രാജ്യം ഭരിക്കു ന്നവരാണ് ക്ഷത്രിയരെങ്കിൽ അതിൽ കുറേപ്പേർ ബ്രാഹ്മണരാണ്; മറ്റു ചിലർ ക്ഷത്രിയന്മാരും. കൊച്ചിരാജാവും മറ്റും ക്ഷത്രിയരാണെന്ന് പറ യപ്പെടുന്നു. അവർ ക്ഷത്രിയരാണെങ്കിൽപോലും ക്ഷത്രിയരല്ലാത്ത രാജാ ക്കന്മാരിവിടെയുണ്ട്. വിശ്വസിക്കാവുന്നതായിട്ടുള്ള ചരിത്രം എഴുതിത്തു ടങ്ങിയ കാലത്തെ രാജാക്കന്മാരുടെ പട്ടിക എടുത്തോളൂ. ആ രാജാക്ക ന്മാരുടെ കൂട്ടത്തിൽ ഷോഡശക്രിയകളൊന്നുമില്ലാത്ത ചില ജാതിക്കാ രുണ്ട്. എന്നിട്ടതിൽ ജാതിക്കയറ്റം കിട്ടുന്നതിനുവേണ്ടി 'ഹിരണ്യ ഗർഭ'മെന്ന ഏർപ്പാടു നടത്തിപ്പോന്ന ഒരു രാജകുടുംബമെങ്കിലും ഉണ്ട്. ബ്രാഹ്മണരും ക്ഷത്രിയരുമല്ലാത്ത രാജാക്കന്മാരും ഇവിടെയുണ്ട്. കൂടാതെ ബ്രാഹ്മണരെന്നു പറയപ്പെടുന്ന നമ്പൂതിരിമാരുടെയിടയിൽ നിന്നുള്ള രാജാക്കന്മാരുണ്ട് -' ചെമ്പകശ്ശേരി, ഇടപ്പള്ളി.

അപ്പോൾ ബ്രാഹ്മണ, ക്ഷത്രിയ, വൈശ്യ, ശൂദ്ര എന്നുള്ള വിഭ ജനം ഇവിടെ ഇല്ല. അതിനു പകരം ഇവിടെ വന്നത് മറ്റൊന്നാണ്. സവർണ ജാതിക്കാരെല്ലാം തമ്മിൽ കുറേ വ്യത്യാസങ്ങളുണ്ട്; ആ വ്യത്യാസം ചിലപ്പോൾ വൈരുധ്യമായി വരും; എങ്കിൽപോലും സാമ്പ ത്തികമായും രാഷ്ട്രീയമായുമുള്ള അധികാരം, സാമൂഹ്യവും സാംസ്കാ രികവുമായ മേധാവിത്വം ഇതെല്ലാം വച്ചുനോക്കിയാൽ ഈ സവർണ

ജാതിക്കാർ മുഴുവൻകൂടി അവർണജാതിക്കാരുടെയും അഹിന്ദുക്കളു ടെയും മേൽ ആധിപത്യം നടത്തലാണ് കേരളത്തെ സംബന്ധിച്ചിട ത്തോളം വർഗവിഭജനമെന്ന് പറയാം. ഇതിൽ അടിമ-ഉടമ ബന്ധമോ അടിയാള – യജമാന ബന്ധമോ പോലെ നേരിട്ടുള്ള ചൂഷക - ചൂഷിത ബന്ധമില്ല. അത് മൂടിവച്ച് സവർണർ ഒരുവശത്തും അവർണരും അഹി ന്ദുക്കളും മറുവശത്തും നിന്നുകൊണ്ടുള്ള വിഭജനവും വൈരുധ്യവുമാ ണ്, വർഗവൈരുധ്യമല്ല, ഇവിടെ യാഥാർത്ഥ്യമെന്ന തോന്നലുണ്ടാക്കാൻ സഹായിക്കുന്നു. പക്ഷേ ഒരു പ്രസക്തമായ ചോദ്യം ഇവിടെ ഉയർന്നുവ രുന്നു.

അവർണരുടെയും അഹിന്ദുക്കളുടെ മേൽ ആധിപത്യം ചെലു ത്താൻ കഴിയുന്ന ഒരു നിലയിലേക്ക് സവർണർക്ക് എങ്ങനെ ഉയരാൻ കഴിഞ്ഞു? ജന്മിവ്യവസ്ഥമൂലമെന്ന് ഉത്തരം. ചാതുർവർണ്യമായി തുടങ്ങി ജാതി-ഉപജാതികളായി മാറിയ വടക്കേ ഇന്ത്യൻ സമൂഹം കേരളത്തിൽ ക്ഷത്രിയ – വൈശ്യരില്ലാത്ത സവർണമേധാവിത്വമായിത്തീർന്നപ്പോൾ തന്നെയാണ് ജന്മിവ്യവസ്ഥയും രൂപം പൂണ്ടത്. ആ ജന്മിവ്യവസ്ഥയിൽ ചിലപ്പോൾ ചെറിയ പങ്ക് അവർണഹിന്ദുക്കളിൽ ചിലർക്കും ഉണ്ടായിട്ടു ണ്ടാവും. പക്ഷേ, അതിൽ മുഖ്യമായ പങ്ക് സവർണർക്കാണ്. ജന്മിവ്യ വസ്ഥ നിലവിൽ വരുന്നതിന്റെ ഭാഗമായിത്തന്നെ കൂട്ടുകുടുംബവ്യവ സ്ഥയും വേരുറച്ചു. ഇതിനെയെല്ലാം അരക്കിട്ടുറപ്പിക്കുന്ന രാഷ്ട്രീയ സംവിധാനമാണ് നാടുവാഴി വ്യവസ്ഥ.

ചുരുക്കത്തിൽ, ജാതി, ജന്മി, നാടുവാഴി – ഈ മൂന്നും കൂടി ചേർന്നാണ് ഈ മൂന്നിന്റെയും മുമ്പിൽ നിന്ന സവർണർക്ക് ഉയർന്ന ജാതികളിൽ പെട്ടവരും ജന്മികളുമെന്ന നിലക്കുള്ള ആധിപത്യവും ദേശ വാഴി, നാടുവാഴി, രാജാവ് എന്നെല്ലാമുള്ള രാഷ്ട്രീയാധികാരവും പുലർത്തി അവർണരുടെയും അഹിന്ദുക്കളുടെയും മേൽ മേധാവിത്വം സ്ഥാപിക്കാൻ കഴിഞ്ഞത്. ഇതിലേതെങ്കിലുമൊന്നിനെ – ജാതിയെയോ ജന്മിത്തത്തെയോ നാടുവാഴിമേധാവിത്വത്തെയോ – കാണാതിരുന്നാൽ ചിത്രം പൂർണ്ണമാവുകയില്ല.

ഇവിടെയാണ് ഞാനിപ്പോൾ നിൽക്കുന്നത്. 32 കൊല്ലം മുമ്പത്തെ പുസ്തകത്തിൽ ഞാൻ കുറെ പിറകോട്ടു പോയിട്ടുണ്ടെന്നു നിങ്ങൾക്ക് വേണമെങ്കിൽ പറയാം. എന്നാൽ, ഞാൻ കുറെ മുമ്പോട്ടു പോവുകയാണ് ചെയ്തിട്ടുള്ളതെന്ന് എനിക്ക് തോന്നുന്നു. വാദവിവാദങ്ങളുടെയും ഞാൻതന്നെ നടധിധിയ പഠനത്തിന്റെയും ഫലമായി ആദ്യം ഞാൻ അംഗീ കരിച്ച അഭ്യൂഹങ്ങൾ പലതും ഞാൻ മാറ്റിയിട്ടുണ്ട്. പക്ഷേ, രണ്ടു കാര്യ ങ്ങളിൽ ഞാൻ ഉറച്ചുനിൽക്കുന്നു.

ഒന്നാമത്, "എഴുതപ്പെട്ടിട്ടുള്ള മനുഷ്യസമൂഹചരിത്രം വർഗസമര ങ്ങളുടെ ചരിത്രമാണ്" എന്ന ചരിത്രപരമായ ഭൗതികവാദത്തിന്റെ അടി സ്ഥാനതത്വം ഇന്ത്യക്ക് ബാധകമാണ്, കേരളത്തിനും ബാധകമാണ്.

രണ്ടാമത്, ചരിത്രപരമായ ഭൗതികവാദം ആവിഷ്കരിച്ച മഹാൻമാർ

പറഞ്ഞതുപോലെ, പ്രാകൃതകമ്മ്യൂണിസം, അടിമത്തം, ഫ്യൂഡലിസം, മുതലാളിത്തം എന്ന ക്രമത്തിലല്ല സാമൂഹ്യ വളർച്ച ഇവിടെ വന്നത്. പ്രാകൃതകമ്യൂണിസത്തിൽ നിന്നു വടക്കേ ഇന്ത്യയിൽ വന്ന മാറ്റം ചാതുർവർണ്യം - ജാതി എന്ന ക്രമത്തിലാണ്. കേരളത്തിലാകട്ടെ, ചാതുർവർണ്യം - ജാതിയെന്നുള്ള രീതിക്കു പകരം സവർണമേധാവിത്വം നിലവിൽ വന്നുകൊണ്ടാണ്. കേരളത്തിലെ ജാതിവിഭജനത്തിന്റെ പിന്നി ലാകട്ടെ, അതിനു ഉറപ്പുള്ള അടിത്തറ എന്ന നിലക്ക് ജന്മിവ്യവസ്ഥയു ടെതായ സാമ്പത്തിക ബന്ധമുണ്ട്. സാമൂഹ്യ - സാമ്പത്തിക മേഖലക ളിലുള്ള ഈ ജാതി - ജന്മിമേധാവിത്വത്തിന് ഊക്കും ശക്തിയും കൊടു ക്കുന്ന രാഷ്ട്രീയശക്തി നാടുവാഴിത്തമാണ്. ഇതെല്ലാം ചേർന്ന സമഗ്ര വ്യവസ്ഥയാണ് - എന്റെ ആദ്യഗ്രന്ഥത്തിൽതന്നെ ഞാനതിനെ "ജാതി - ജന്മി - നാടുവാഴിത്ത"മെന്നു വിളിച്ചു - പ്രാകൃത കമ്മ്യൂണിസത്തിന്റെ തകർച്ച മുതൽ മുതലാളിത്തത്തിന്റെ ഉയർച്ചവരെ കേരളത്തിലുണ്ടായി ട്ടുള്ള വർഗവിഭജനം.

ഇതും മലയാളഭാഷ, സാഹിത്യം എന്നിവയുടെ വളർച്ചയുടെ ചരി ത്രവും തമ്മിൽ വളരെയേറെ ബന്ധമുണ്ട്. മലയാളമെങ്ങനെയുണ്ടായി എന്ന കാര്യത്തിൽ കുറേകാലമായി വാശി നിറഞ്ഞ വാദപ്രതിവാദങ്ങൾ നടന്നിട്ടുണ്ട്. കോവുണ്ണി നെടുങ്ങാടിയുടെ "സംസ്കൃതഹിമഗിരിഗളിത" മുതൽക്ക് ഒട്ടേറെ സിദ്ധാന്തങ്ങളിവിടെ പ്രചരിച്ചിട്ടുണ്ട്. ഞാനവസാന മായി ഒരു പണ്ഡിതന്റെ ഗ്രന്ഥത്തിൽ കണ്ടത്, "ഒരു 3000 കൊല്ലംമുമ്പ് തെക്കേ ഇന്ത്യയിൽ മുഴുവൻ ജനങ്ങളും സംസാരിച്ചിരുന്ന ഒരു ഭാഷയു ണ്ടായിരുന്നു - ആദി ദ്രാവിഡഭാഷ. കാലക്രമേണ അത് ഭിന്നിച്ച് വിവിധ ഭാഷകളായി" എന്നാണ്.

ഈ വിവിധ സിദ്ധാന്തങ്ങളെല്ലാം ഇന്നും യഥാർത്ഥത്തിൽ ഇന്ത്യ യിൽ നടക്കുന്ന സ്ഥിതിവച്ചുവേണം പരിശോധിക്കാൻ. ഒട്ടേറെ സംസാ രഭാഷകൾ - അതായത് സാഹിത്യഭാഷ ഇല്ലാതിരുന്ന കാലത്ത് ജന ങ്ങൾ സംസാരിച്ചിരുന്ന നാടൻഭാഷകൾ - കൂടിച്ചേർന്ന് ഒന്നോ അധി കമോ സാഹിത്യഭാഷകൾ രൂപംകൊള്ളുകയാണ് ലോകത്തെവിടെയും നടന്നത്. അതുമാത്രമാണ് സ്വാഭാവികമായതും. മറിച്ച്, ഒരു സാഹിത്യ ഭാഷ രൂപംകൊണ്ടതിൽ പിന്നെ അത് തറവാട് ഭാഗിക്കുന്നതുപോലെ വിവിധ ഭാഷകളായി പിരിയുകയോ ഒരു സാഹിത്യഭാഷയിൽനിന്നു മറ്റൊരു സാഹിത്യഭാഷ ഉണ്ടാവുകയോ ചെയ്യുന്നത് സ്വാഭാവികമല്ല.

ഇന്നത്തെ ഇന്ത്യയിലെ സ്ഥിതിതന്നെ നോക്കുക. ഹിന്ദി വളർച്ച പ്രാപിച്ച ഒരു സാഹിത്യഭാഷയാണ്. പക്ഷേ, ഹിന്ദി ഒരൊറ്റ ഭാഷയാവുക എന്ന പ്രക്രിയ ഇപ്പോഴും പൂർത്തിയായിട്ടില്ല. ഹിന്ദി സംസാരിക്കുന്ന പ്രദേ ശങ്ങളിൽ പത്രങ്ങൾ നടത്തുന്നതും പുസ്തകങ്ങൾ അടിച്ചിറക്കുന്നതും മറ്റു സാഹിത്യസംരംഭങ്ങൾ നടത്തുന്നതും ഹിന്ദിയിലാണ്. പക്ഷേ, ആളു കളെ ഇളക്കുന്നത് - അതാണല്ലോ രാഷ്ട്രീയക്കാരായ ഞങ്ങളുടെ പണി - ഇളക്കിവിടാൻ വേണ്ടിയുള്ള മൈതാനയോഗങ്ങൾ നടത്തുന്നത് ഹിന്ദി

യിലല്ല, ഈ സംസാരഭാഷകളിലാണ്. അതിന്നും തുടരുന്നു.

ഈ വിവിധ സംസാരഭാഷകളിലെ ഏതെങ്കിലും ചിലത് അടുത്ത കാലത്ത് സാഹിത്യഭാഷയാവില്ല എന്നുറപ്പുണ്ടോ എന്നു ചോദിച്ചാൽ ഉറപ്പില്ല. ഇപ്പോൾത്തന്നെ ഹിന്ദിയുടെ പ്രാദേശികരൂപമാണ് എന്ന് പറയ പ്പെടുന്ന മൈഥിലിക്ക് പ്രത്യേകമായിട്ടുള്ള ഒരു സവിശേഷ വ്യക്തിത്വ മുണ്ട് എന്ന് അംഗീകരിക്കപ്പെടുകയും മൈഥിലിയെ വളർത്തണമെന്ന നിലയ്ക്കുള്ള പ്രവർത്തനം നടക്കുകയും ചെയ്യുന്നുണ്ട്. യഥാർത്ഥം പറ യുകയാണെങ്കിൽ, അടുത്ത കാലംവരെ ഹിന്ദിയുടെ പ്രാദേശിക രൂപമാ ണെന്ന് പറയപ്പെട്ടിരുന്ന പല ഭാഷകളും ഇപ്പോൾ ഒരതിരുവരെ സ്വത ന്ത്രഭാഷകളായി നിലനിൽക്കുകയാണ്. അവയെ ഹിന്ദിയിൽ ലയിപ്പി ക്കുന്ന പ്രക്രിയ ഇപ്പോഴും പൂർത്തിയായിട്ടില്ല.

ഇത് വടക്കേ ഇന്ത്യയിലെ സ്ഥിതിയാണ്. തെക്കേ ഇന്ത്യയിലും സ്ഥിതി വളരെയൊന്നും വ്യത്യസ്തമല്ല. കേരളത്തിന്റെ തൊട്ടുവടക്കു ഭാഗത്ത് തെക്കൻ കന്നട ജില്ലയിൽ കുന്ദാപ്പൂർ താലൂക്കൊഴിച്ച് മറ്റെല്ലാ താലൂക്കുകളിലും സംസാരഭാഷ കന്നടമല്ല, തുളുവാണ്. സാഹിത്യഭാഷ കന്നടമാണ്. സ്കൂളുകളിൽ പഠിപ്പിക്കുന്നത് കന്നടമാണ്. പക്ഷേ വീടു കളിൽ സംസാരിക്കുന്നതെന്താണ്? തുളു. അവിടെയും ഞങ്ങളെപ്പോ ലുള്ളവർ മൈതാനപ്രസംഗം നടത്തേണ്ടിവരുമ്പോൾ തുളുവാണുപയോ ഗിക്കുക. ഈയിടെ ഞാൻ മണിപ്പാൽ ആശുപത്രിയിൽ കുറച്ചുദിവസം കിടന്നപ്പോൾ കണ്ടതാണ്: അവിടെ തുളുക്കാരുണ്ട്; കൊടകികളുണ്ട്; കൊങ്ങിണികളുണ്ട്, കന്നടക്കാരുമുണ്ട് – എല്ലാം കന്നടക്കാരാണുതാനും.

ഈ കൊങ്ങിണിയുടെ സ്ഥിതിയാണെങ്കിലോ? കേരളത്തിനും കർണാടകത്തിനും ഇടയ്ക്ക് തുളു ഉള്ളതുപോലെയാണ് കർണാടക ത്തിനും മഹാരാഷ്ട്രക്കും ഇടയ്ക്ക് കൊങ്ങിണി. അത് കന്നടത്തിലോ മറാഠിയിലോ ലയിച്ചിട്ടില്ല. ലയിക്കുമോ, എങ്കിലേതിൽ, അതോ സ്വത ന്ത്രഭാഷയായി വളരുമോ എന്ന് കൊങ്ങിണിയെപ്പറ്റി ഇപ്പോൾ പറയാൻ വയ്യ.

ഇതിന്റെയെല്ലാം അർത്ഥമെന്ത്? സംസാരഭാഷയും സാഹിത്യഭാ ഷയും – വാമൊഴിയും വരമൊഴിയും – തമ്മിലുള്ള വ്യത്യാസം നാം കാണണം. ആ വ്യത്യാസം കാണുന്നതിനാകട്ടെ, ചരിത്രാതീതകാലത്തും ചരിത്രം തുടങ്ങിയ ഉടനെയുള്ള കാലത്തും ഇന്ത്യയിലെ സ്ഥിതി എന്താ യിരുന്നുവെന്നു നോക്കണം. നമ്മുടെ സംസ്കൃതനാടകങ്ങളിലെ താണ തരം കഥാപാത്രങ്ങൾ സംസാരിക്കുന്ന ഭാഷ പ്രാകൃതവും ഉത്തമപാത്ര ങ്ങൾ സംസാരിക്കുന്ന ഭാഷ സംസ്കൃതവും ആണ്. യഥാർത്ഥത്തിൽ ആ പ്രാകൃതങ്ങളാണ് – ഒരൊറ്റ പ്രാകൃതമായിട്ടാണ് നാടകത്തിൽ വരു ന്നതെങ്കിലും ഒട്ടേറെ പ്രാകൃതങ്ങളുണ്ടായിരുന്നു എന്നതാണ് സത്യം – ഇന്ത്യയുടെ പ്രാചീന ചരിത്രകാലത്തെ സംസാരഭാഷകൾ. ആ ഭാഷക ളുപയോഗിച്ച് സാധാരണക്കാരെക്കാൾ സാംസ്കാരികമായി ഉയർന്നു നിൽക്കുന്നവർ രൂപപ്പെടുത്തിയ സാഹിത്യഭാഷയാണ് സംസ്കൃതം.

സംസ്കൃതത്തെ സാഹിത്യഭാഷയായി രൂപപ്പെടുത്തിയ ഭരണവർഗ ത്തിനും അത് വളർത്തിയെടുത്ത വർണ - ജാതി വ്യവസ്ഥയ്ക്കും എതി രായി ഒരു ബഹുജന കലാപം ഉയർന്നുവന്നു. അതാണ് ബൗദ്ധ - ജൈന മതങ്ങളിലൂടെ പ്രകടമായത്. ആ ബൗദ്ധ-ജൈനമതങ്ങളാകട്ടെ, അവ രുടെ സാഹിത്യഭാഷയായി അംഗീകരിച്ചത് സംസ്കൃതമല്ല, പാലിയാ ണ്. അങ്ങനെ പാലി, സംസ്കൃതം എന്ന രണ്ട് സാഹിത്യഭാഷകൾ വടക്കേ ഇന്ത്യയിൽ രൂപംകൊണ്ടു. അവയ്ക്ക് കീഴെ വിവിധ പ്രാകൃതങ്ങൾ സംസാരഭാഷകളായി തുടരുകയും ചെയ്തു.

അതായത്, വർണത്തിന്റെയും ജാതിയുടെയും രൂപത്തിൽ വർഗ വിഭജനം വന്നു. ചൂഷകവർഗങ്ങളിൽ നിന്നു ഒരു വിഭാഗം ബുദ്ധിജീവി കൾ ഉയർന്നു വരുകയും അവർക്ക് സാധാരണക്കാരുടെ സംസാരഭാ ഷയ്ക്ക് പുറമെ ഒരു സാഹിത്യഭാഷ ആവശ്യമായി വരികയും ചെയ്ത പ്പോൾ ആദ്യം സംസ്കൃതം വന്നു. പിന്നീട് ജാതിവ്യവസ്ഥയെച്ചൊല്ലി അഭിപ്രായ വ്യത്യാസങ്ങളും ഏറ്റുമുട്ടലുകളും വന്നപ്പോൾ സംസ്കൃത ത്തോടൊപ്പം പാലിയും വന്നു. ഇതാണ് വടക്കേ ഇന്ത്യയിൽ വന്നതെ ങ്കിൽ തെക്കേ ഇന്ത്യയിലും സംസാരഭാഷകളെന്ന നിലയ്ക്ക് കുറേ കൊടുംതമിഴുകൾ, അവയ്ക്ക് മീതെ ചെന്തമിഴ് എന്ന സാഹിത്യഭാഷ എന്ന സ്ഥിതിയായി. വടക്ക് പ്രാകൃതങ്ങളും സംസ്കൃതവും എന്നപോലെ തെക്ക് കൊടുംതമിഴുകളും ചെന്തമിഴുമുണ്ടായെന്നർത്ഥം.

മലയാളത്തിനു ജന്മം നൽകിയതെന്ന് പറയപ്പെടുന്ന പ്രാചീന തമിഴ് (ചെന്തമിഴ്) അന്ന് തെക്കേ ഇന്ത്യയിലൊരിടത്തും ജനങ്ങളുടെ സംസാ രഭാഷയായിരുന്നില്ല. അന്ന് ജനങ്ങൾ സംസാരിച്ചിരുന്ന കൊടും തമിഴു കളിൽ പലതും ചേർന്നാണ് പിന്നീട് മലയാളമടക്കം ആധുനിക ദക്ഷി ണേന്ത്യൻ ഭാഷകൾ രൂപംകൊണ്ടത്. ആ പ്രക്രിയ ഇപ്പോഴും പൂർത്തി യായിട്ടില്ലെന്ന് തുളുവിന്റെ ഉദാഹരണം വ്യക്തമാക്കുന്നു.

ചെന്തമിഴിൽ നിന്നോ സംസ്കൃതത്തിൽ നിന്നോ ഉണ്ടായതല്ല മല യാളമെന്ന് ഇതിൽനിന്നു വ്യക്തമാവും. പ്രാചീനകാലത്ത് ഉയർന്ന വർഗ ത്തിൽപെട്ട ബുദ്ധിജീവികൾ അവരുടെ സാഹിത്യ പ്രവർത്തനങ്ങൾക്ക് ഉപയോഗിച്ച ഭാഷ വടക്ക് സംസ്കൃതമായിരുന്നു. തെക്ക് ചെന്തമിഴായി രുന്നു. പിന്നീട് രാഷ്ട്രീയമായും സാംസ്കാരികമായും സൈനികമായും മറ്റും കൊള്ളക്കൊടുക്കലുകൾ, ആക്രമണങ്ങൾ, വെട്ടിപ്പിടിക്കലുകൾ എന്നിവ നടക്കാൻ തുടങ്ങിയപ്പോൾ ചെന്തമിഴിൽത്തന്നെ സംസ്കൃത ത്തിന്റെ സ്വാധീനം വരാൻ തുടങ്ങി. ഈ വിധത്തിലാണ് ജാതിവ്യത്യാസം വളർന്നുവന്ന് സവർണ - മേധാവിത്വത്തിന്റേതായ ഒരു സാമൂഹ്യ വ്യവസ്ഥ - ആ സാമൂഹ്യവ്യവസ്ഥയുമായി ബന്ധപ്പെട്ടുകൊണ്ടുള്ള ജന്മി വ്യവസ്ഥയും നാടുവാഴി വ്യവസ്ഥയും - ഉറച്ചുവന്നപ്പോഴേക്കും സംസ്കൃ തമോ ചെന്തമിഴോ അല്ലാത്ത നാട്ടുകാരുടെ ഭാഷ സാഹിത്യഭാഷയായു യരാൻ തുടങ്ങിയത്. ഇന്ത്യയിലെ എല്ലാ ഭാഷകളിലും ഏതാണ്ടൊരേ കാലത്താണ് ഇത് നടന്നത്. രണ്ടുമൂന്ന് നൂറ്റാണ്ടുകളുടെ വ്യത്യാസമു

ണ്ടാവാം. ചരിത്രത്തിൽ രണ്ടുമൂന്ന് നൂറ്റാണ്ടുകളുടെ വൃത്യാസമൊന്നു മൊരു വൃത്യാസമല്ലല്ലോ.

നമ്മുടെ മലയാളത്തിൽ ചെറുശ്ശേരിയും തുഞ്ചനും വന്ന അതേ കാലത്ത് ഏതാണ്ടതുപോലുള്ള കവികൾ മറ്റ് ഭാഷകളിൽ ഉയർന്നു വരി കയുണ്ടായി. സംസ്കൃതത്തിന്റെയും ചെന്തമിഴിന്റെയും സ്വാധീനത്തിൽ നിന്ന് വിമുക്തമായി സാധാരണക്കാരുടെ സംസാരഭാഷയിൽനിന്ന് ഒട്ടേറെ ശൈലികൾ, പദങ്ങൾ, പ്രയോഗങ്ങൾ മുതലായവ സ്വായത്തമാക്കി ക്കൊണ്ട്, അതേ അവസരത്തിൽ സംസ്കൃതത്തിലും ചെന്തമിഴിലുമുള്ള ഉത്തമ കൃതികളുടെ ഉള്ളടക്കം സ്വന്തമാക്കിക്കൊണ്ടും ഉള്ള സാഹിത്യ കൃതികൾ മറ്റു ഭാഷകളിലെന്നപോലെ മലയാളത്തിലും രചിക്കപ്പെടാൻ തുടങ്ങി. ഇതാണ് ചെറുശ്ശേരിയും എഴുത്തച്ഛനും തുടങ്ങിവച്ചത്.

ഇത് പ്രതിഭാശാലികളായ പലരും ഏറ്റെടുത്തു. കുഞ്ചൻ നമ്പ്യാ രെപ്പോലെ ചിലർ ഇതിന് പുതുജീവൻ നൽകി. അങ്ങനെ മലയാളം ഒരു സ്വതന്ത്ര ജനകീയ സാഹിത്യഭാഷയായി രൂപംപൂണ്ടു.

മലയാളത്തിലെന്നപോലെ മറ്റു ഇന്ത്യൻ ഭാഷകളിലും ഇതു തന്നെ നടന്നു. ജനങ്ങളുമായി നേരിട്ടു ബന്ധമില്ലാതെ, അവരുടെ തലയ്ക്കു മീതെ നിൽക്കുന്ന ഭരണവർഗ ഭാഷയിൽ രചിക്കപ്പെട്ട പഴയ സാ ഹിത്യത്തിനു പകരം പുതിയൊരു ജനകീയഭാഷയും സാഹിത്യവും കരു പ്പിടിച്ചു. സാധാരണക്കാർ സാഹിത്യത്തിലേക്ക് കടന്നു വന്നു. എട്ടാം നൂറ്റാണ്ടു മുതൽ പന്ത്രണ്ടാം നൂറ്റാണ്ടു വരെയുള്ള കാലമായപ്പോഴേക്ക് മറ്റിടങ്ങളിലും കേരളത്തിലും സവർണജാതിമേധാവിത്വം, അതിനെ അര ക്കിട്ടുറപ്പിച്ചു നിർത്തുന്ന ഭൂവുടമ വ്യവസ്ഥ, ഈ ഉടമാവകാശവുമായി ബന്ധപ്പെടുന്ന കൂട്ടുകുടുംബ സംവിധാനം, ഇതിനെല്ലാം രാഷ്ട്രീയശക്തി നൽകുന്ന നാടുവാഴി ഭരണം എന്നിവ ചേർന്ന ഒരു സാമൂഹ്യ വ്യവസ്ഥ രൂപപ്പെട്ടു കഴിഞ്ഞിരുന്നു.

ഈ പുതിയ സമൂഹത്തിന്റെ തണലിലാണ് ചെറുശ്ശേരിയും തുഞ്ച ത്തെഴുത്തച്ഛനും സാഹിത്യ രംഗത്തേക്ക് കടന്നുവന്നത്. ഏതാണ്ടതേവ രെ, സംസാരഭാഷകളായി നിലനിന്ന നാടൻഭാഷകൾ ജനങ്ങളുടെ സാംസ്കാരികമായ ആവശ്യങ്ങൾ നിർവഹിക്കാനും അവരുടെ വികാര ങ്ങൾ കലാസുഭഗമായി പ്രകടിപ്പിക്കാനും പറ്റുന്ന ഒരു പുതിയ സാഹി ത്യരീതി കരുപ്പിടിപ്പിച്ചു. ഇതോടെ ആധുനിക മലയാളം ഉദ്ഭവിച്ചു.

പക്ഷേ, ഇവിടെയും ഒരു വിശദീകരണം വേണം. ചെറുശ്ശേരിയേയും എഴുത്തച്ഛനേയും ജനകീയകവികൾ എന്നു പറയാറുണ്ട്. അത് ശരിയു മാണ്. ആദ്യമായി നാട്ടുകാരുടെ സ്വന്തമായ സംസാരഭാഷയിൽ, അല്ലെ ങ്കിൽ വാമൊഴിയിൽ, ഏറ്റവും ഗഹനമായ ദാർശനികതത്വങ്ങൾ പോലും (ഉദാഹരണത്തിന്, *മഹാഭാരതത്തിലെ വിദുരവാക്യവും* മറ്റും) ലളിത മായ മലയാളത്തിൽ എഴുതാൻ എഴുത്തച്ഛന് കഴിഞ്ഞു എന്നത് അനി ഷേധ്യമായ സത്യമാണ്. പക്ഷേ, ചെറുശ്ശേരിയും എഴുത്തച്ഛനുമടക്കമുള്ള ഈ പുതിയ ജനകീയ കവികൾ. അവരുടെ സാഹിത്യം ശരിയായ

അർത്ഥത്തിൽ ജനകീയമാണെന്ന് പറയാമോ? വയ്യ. ഭാഷ ജനകീയമാ
ണ്. ഉള്ളടക്കവും ഒരർത്ഥത്തിൽ – ഇതേവരെ ഒരു പടി ഉയർന്നു
നിൽക്കുന്ന പണ്ഡിതന്മാർക്കും ബുദ്ധിജീവികൾക്കും മാത്രം കിട്ടിക്കൊ
ണ്ടിരുന്ന വിജ്ഞാനം സാധാരണക്കാർക്ക് പകർന്നു കൊടുക്കുന്നു എന്ന
അർത്ഥത്തിൽ – ജനകീയം തന്നെ. പക്ഷേ, എഴുത്തച്ഛന്റെ കൃതികൾ
സമൂഹത്തിന്റെ ഏത് അതിരുവരെ പോയിട്ടുണ്ട്? ഹിന്ദുക്കളല്ലാത്തവർക്ക്
സ്വന്തമാണെന്ന് തോന്നുന്ന ഒരു സംസ്കാരമാണോ അത്? ഹിന്ദുക്ക
ളിൽ തന്നെ അധഃകൃത ജാതിക്കാരില്ലേ. അവരുടെ ഇടയിൽ എഴുത്ത
ച്ഛന്റെ *രാമായണത്തിന്* എത്രമാത്രം പ്രചാരമുണ്ട്. അവരുടെ മേലെയുള്ള
അവർണ ജാതിക്കാരിൽ ഒരു വിഭാഗത്തിനിടയിൽ ഒരതിരുവരെ പ്രചാര
മുണ്ടായിരിക്കാം. പക്ഷേ, അതിനും പരിമിതികളുണ്ട്.

ഇത് സ്വാഭാവികമാണ്. ഓരോ കാലത്തേയും സാഹിത്യം,
അന്നത്തെ സംസ്കാരം, ആ കാലത്തെ സമൂഹത്തിൽ ആർക്ക് പ്രാമാ
ണ്യമുണ്ടോ അവരുടെ സാഹിത്യമാണ്, അവരുടെ സംസ്കാരമാണ്.
കേരളത്തിന്റെ കലാപരമായ വലിയൊരു നേട്ടമാണല്ലോ, കഥകളി.
അതിന്റെ സ്ഥിതി എന്ത്? കഥകളിയെപ്പറ്റി എനിക്ക് ബഹുമാനമാണ്.
പക്ഷേ, കേരളത്തിന്റെ മുഴുവൻ കലയാണ് കഥകളി എന്നു പറയാൻ
ആർക്കെങ്കിലും കഴിയുമോ? കഥകളി കേരളത്തിലെ ബഹുഭൂരിപക്ഷം
ജനങ്ങൾ ആസ്വദിക്കുന്ന ഒരു കലയല്ലെന്നുള്ളതല്ലേ സത്യം. ആസ്വദി
ക്കുന്നില്ല എന്നതിന് അർത്ഥം മോശമാണെന്നല്ല. അതുപോലെതന്നെ
കേരളത്തിന് സവിശേഷമായതെന്ന് വച്ചിട്ടുള്ള ചില കലാരൂപങ്ങൾ അമ്പ
ലങ്ങളിൽ മാത്രം നടത്തുന്നതാണ്. കഥകളിതന്നെ വള്ളത്തോളിന്റെ
കലാമണ്ഡലം വരുന്നതുവരെ ഒന്നുകിൽ ക്ഷേത്രങ്ങളിൽ അല്ലെങ്കിൽ
വീടുകളിലാണ് മുഖ്യമായും കളിച്ചിരുന്നത്. ചാക്യാർകൂത്ത് അമ്പലങ്ങ
ളിൽ വച്ചല്ലാതെ കളിക്കാമെന്ന് എന്റെ ചെറുപ്പകാലത്ത് എനിക്ക് ഊഹി
ക്കാൻ പോലും കഴിഞ്ഞിരുന്നില്ല. ഇപ്പോൾ തുടങ്ങിയിട്ടുണ്ടോ എന്നറി
യില്ല.

ഇതെല്ലാം ചൂണ്ടിക്കാണിക്കുന്നത്, അന്നത്തെ കല, അന്നത്തെ
സാഹിത്യം, അന്നത്തെ സംസ്കാരം എന്നിവ ജാതി – ജന്മി – നാടു
വാഴി മേധാവിത്വത്തിൻമേൽ കെട്ടി ഉയർത്തിയതാണെന്ന് വ്യക്തമാക്കാ
നാണ്. അന്നത്തെ സാമൂഹ്യ മേധാവിത്വത്തിന്റെ പ്രതിഫലനമാണ് ആ
സംസ്കാരം. ചെറുശ്ശേരിയുടെയും എഴുത്തച്ഛന്റെയും കൃതികൾ ഭാഷ
യിലും രചനാരീതിയിലുമെല്ലാം ജനകീയമായിരുന്നു. മുൻകാല കൃതി
കളെക്കാൾ എത്രയോ അധികം പ്രചുരപ്രചാരം അവർക്ക് കിട്ടി. പക്ഷേ,
ആ കൃതികൾ കേരളത്തിലെ ജനങ്ങളെയാകെ ഉൾക്കൊള്ളിച്ചിരുന്നില്ല.
സവർണ ജാതിക്കാരും ജൻമി – നാടുവാഴി മേധാവിത്വത്തിന്റെ തലപ്പ
ത്തിരിക്കുന്നവരുമായ ഒരു ചെറിയ വൃത്തമാണ് ഈ കലകളെയും
സാഹിത്യത്തെയും മുഖ്യമായി ആസ്വദിച്ചത്.

ഈ ചെറുവൃത്തമാകട്ടെ, അധികം കഴിയുന്നതിന് മുമ്പ്, സാൻമാർ

ഗികമായും സാംസ്കാരികമായും അധഃപതിക്കാൻ തുടങ്ങി. ചെറുശ്ശേ
രി, തുഞ്ചത്തെഴുത്തച്ഛൻ, കുഞ്ചൻനമ്പ്യാർ മുതലായവരെ സൃഷ്ടിച്ച
സമൂഹം തന്നെ പിന്നീട് ചമ്പുക്കൾ, പലതരത്തിലുള്ള സാഹിത്യപര
മായ സർക്കസുകളി നടത്തുന്ന കവിതാപരമായ മറ്റ് കൃതികൾ എന്നിവ
രചിക്കുന്നവർക്കും ജന്മം നൽകി. ഗതാനുഗതികത്വം, യാഥാസ്ഥിതിക
ത്വം, സാങ്കേതികരംഗത്തെ സങ്കുചിതത്വം ഇതെല്ലാം ചെറുശ്ശേരിക്കും
എഴുത്തച്ഛനും നമ്പ്യാർക്കും ശേഷം വ്യാപകമായി.

അതായത്, ആദ്യകാലത്ത് കവിതകൾക്ക്, സാഹിത്യകൃതികൾക്ക്,
ഒരു പുതുജീവനുണ്ടായിരുന്നു. ഒരു പുതിയ വീക്ഷണമുണ്ടായിരുന്നു.
ഈ പുതിയ ജീവനും പുതിയ വീക്ഷണവും വിട്ട് ഗതാനുഗതികത്വത്തെ
മുഖമുദ്രയാക്കിയ ചമ്പുക്കളും മറ്റു സാഹിത്യ സർക്കസ് വിദ്യാപ്രകടന
ങ്ങളും സർവസാധാരണമായിത്തീർന്നു. ഇവിടെയും അവസാനിക്കാതെ
അശ്ലീലത നിറഞ്ഞ ഒറ്റ ശ്ലോകങ്ങൾ മലയാള സാഹിത്യത്തിന്റെ സവി
ശേഷതയായി മാറി. ഇത് വെൺമണി വരെ എത്തി.

എഴുത്തച്ഛൻ മുതൽ വെൺമണി വരെ മലയാള സാഹിത്യത്തിൽ
ഉണ്ടായ വളർച്ചയെ ഞാൻ കാണുന്നത് ഇങ്ങനെയാണ്. ജാതി-ജന്മി-
നാടുവാഴി മേധാവിത്വം രൂപംകൊണ്ട കാലത്ത് അത് ക്രിയാത്മകമായ
ഒരു പങ്ക് വഹിച്ചിട്ടുണ്ട്. എംഗൽസ് ഗ്രീസിലെയും റോമിലെയും അടിമ
ത്തത്തെക്കുറിച്ച് ഇങ്ങനെ പറയുന്നു. അടിമത്തത്തിലാണ് ഗ്രീക്ക് ദർശനം
വന്നത്. എംഗൽസ് വളരെ വെട്ടിത്തുറന്നതുതന്നെ പറയുന്നുണ്ട്. ഗ്രീസിൽ
അടിമത്തം ഉണ്ടായിരുന്നില്ലെങ്കിൽ ഗ്രീക്കു സംസ്കാരം ഉണ്ടാകുമായി
രുന്നില്ല. റോമിൽ അടിമത്തം ഇല്ലായിരുന്നുവെങ്കിൽ റോമൻ സംസ്കാരം
ഉണ്ടാകുമായിരുന്നില്ല.

മറ്റെല്ലാ വർഗ സമൂഹങ്ങൾക്കും ഇത് ബാധകമാണ്. ഇന്ത്യയിലും
ആദ്യകാലത്തെ ചാതുർവർണ്യം, പിന്നീട് രൂപംകൊണ്ട ജാതിവ്യവസ്ഥ,
ഇവയ്ക്ക് ആദ്യകാലത്ത് പുതുജീവനുണ്ടായിരുന്നു. ആ കാലത്ത് സമൂ
ഹത്തിന്റെ പുരോഗതിയെ അവ സഹായിച്ചു. പക്ഷേ, അധികം കഴിയു
ന്നതിനു മുമ്പ് ആ സമൂഹം മുരടിച്ചു. ആ സമൂഹത്തിന്റെ തലപ്പത്തിരി
ക്കുന്ന ഭരണവർഗങ്ങളുടെ വീക്ഷണം ജീർണമായി.

ഇതാണ് എഴുത്തച്ഛനിൽ നിന്ന് വെൺമണിയിലേക്കുള്ള മാറ്റത്തി
നടിസ്ഥാനം. ഭാഷയുടെയും രചനയുടെയും കാര്യമെടുത്തുനോക്കിയാൽ
എഴുത്തച്ഛന്റെതിനെപ്പോലെ തന്നെ ജനകീയമാണ് വെൺമണികൃതി
കളും. പക്ഷേ എന്തുചെയ്യാം, വെൺമണികൃതികളുടെ ഉള്ളടക്കം മാറി.
വടക്കേ ഇന്ത്യയിൽ ഉയർന്നുവന്ന ഉജ്ജ്വലമായ സാംസ്കാരിക സമ്പത്ത്
കേരളത്തിലെ സാധാരണക്കാർക്ക് പകർന്നുകൊടുത്ത എഴുത്തച്ഛൻ
ജാതി-ജന്മി-നാടുവാഴി സമൂഹത്തിന്റെ തലപ്പത്തിരിക്കുന്നവരുടെ
ഭോഗാസക്തിക്കു രൂപം നൽകുന്ന വെൺമണിക്ക് വഴിമാറികൊടുക്കേ
ണ്ടിവന്നു.

ഇതിനിടക്ക് നടന്ന മറ്റൊരു സംഭവം ബ്രിട്ടീഷുകാരുടെ വരവ് –

കേരളത്തിന്റെ സമൂഹത്തിലും സംസ്കാരത്തിലും വലിയൊരു മാറ്റം വരുത്തി. നൂറ്റാണ്ടുകളോളം കാലമായി മുരടിച്ചു നിൽക്കുന്ന കേരള ത്തിലെ ജാതി-ജന്മി-നാടുവാഴി മേധാവിത്ത സമൂഹത്തിനും അതിന്റെ സംസ്കാരത്തിനും കനത്ത ഒരു പ്രഹരമാണ് ബ്രിട്ടീഷുകാർ ഏൽപ്പിച്ച ത്. നാട്ടുകാരെ കൊള്ളയടിക്കാൻ വേണ്ടിയിട്ടാണെങ്കിൽപോലും മാർക്സ് ചൂണ്ടിക്കാണിച്ചതുപോലെ ചരിത്രം ചെയ്യേണ്ട ഒരു ചുമതല ബോധ പൂർവമല്ലാതെ അവർ നിറവേറ്റി. ബോധപൂർവമല്ലാതെ ചരിത്രത്തിന്റെ ചട്ടുകങ്ങളായി പ്രവർത്തിക്കുകയാണ് അവർ ചെയ്തത്. അതിൽ ഏറ്റവും പ്രധാനമായത് ഇതാണ്: പഴയ ജാതി-ജന്മി-നാടുവാഴി മേധാവിത്വത്തിന് പഴയതുപോലെ നിൽക്കാൻ നിവൃത്തിയില്ല എന്നൊരു സ്ഥിതി ഉളവാ യി. നൂറ്റാണ്ടുകളായി മുരടിച്ചു നിൽക്കുന്ന സമൂഹവും സംസ്കാരവും തകരാൻ തുടങ്ങി.

ഇത് ഭാഷയിലും സാഹിത്യത്തിലും എങ്ങനെ പ്രതിഫലിച്ചു? മുഖ്യ മായി ഉയർന്ന ജാതിക്കാരിലൊതുങ്ങി നിന്ന സാഹിത്യം എല്ലാ ജാതി ക്കാർക്കും എല്ലാ മതക്കാർക്കും പ്രയോജനപ്പെടുന്ന ഒന്നായി മാറാൻ തുടങ്ങി. ജാതി-മതാദി പരിഗണനകൾക്കതീതമായ ഒരു മലയാള സാഹിത്യം രൂപപ്പെടുന്നത് വിദേശീയ മേധാവിത്വത്തിലാണെന്ന് പറയാൻ നമുക്ക് ലജ്ജ തോന്നുമെങ്കിലും അതാണ് സത്യം. മലയാളത്തിനൊരു വ്യാകരണമുണ്ടാക്കിയത് ഗുണ്ടർട് സായിപ്പ്. അതുപോലെ മലയാള ത്തിന് ഒരു നവീന ഗദ്യശൈലി ഉണ്ടാക്കിയതും വിദേശീയർ തന്നെ. സാഹിത്യമെന്നാൽ കവിത മാത്രം എന്ന സ്ഥിതിയിലായിരുന്ന നമ്മുടെ രാജ്യത്ത് ആധുനിക ഭാഷയുടെയും സാഹിത്യത്തിന്റെയും ഭാഗമായി പത്രപ്രവർത്തനം തുടങ്ങി. പുതിയ തരത്തിലുള്ള ഗ്രന്ഥങ്ങൾ വരാൻ തുടങ്ങി. ഒരു പുതിയ ഗദ്യശൈലി രൂപപ്പെട്ടു. ഇത് നമുക്കൊരു നേട്ടമാ ണെന്നതിൽ തർക്കമില്ല. നൂറ്റാണ്ടുകളോളമായി വളർച്ചമുട്ടി മുരടിച്ചു നിൽക്കുന്ന കേരളത്തിലെ സമൂഹം, കേരളത്തിലെ സംസ്കാരം, നവീ കരിച്ചു മുമ്പോട്ടു കൊണ്ടുപോകാൻ - അതേവരെ ഒരു സങ്കുചിത ജാതി വിഭാഗത്തിന്റെ കുത്തകയായിരുന്ന സാഹിത്യവും സംസ്കാരവുമെല്ലാം ജാതി-മതാദി പരിഗണനകൾക്കതീതമായി കേരളത്തിലെ ജനങ്ങൾക്ക് മുഴുവൻ ഉപയോഗിക്കാവുന്ന മാധ്യമമാക്കിക്കൊണ്ടുവരാൻ വേണ്ട അടി സ്ഥാനമുണ്ടായെന്നതാണ് സത്യം.

ഇതിനെ തുടർന്ന് വിദേശികൾ കാണിച്ച മാതൃക അനുസരിക്കുന്ന കേരളീയരായ സാഹിത്യകാരന്മാർ ഉയർന്നു വന്നു. ഗുണ്ടർട്ടിനെപ്പോലുള്ള വിദേശീയർ മാത്രമല്ല, കേരളപാണിനി, കേരള കാളിദാസൻ, കേരളത്തിൽ തന്നെയുള്ള പത്രപ്രവർത്തകരും പത്രാധിപന്മാരും കരുപ്പിടിപ്പിച്ച ഒരു പുതിയ ഗദ്യശൈലി - ഇതിന്റെയെല്ലാം ഫലമായി ഒരു പുതിയ സാംസ്കാരികാന്തരീക്ഷം ഉളവായി. പക്ഷേ, ഇവിടെ ഒരു ദൗർബല്യമു ള്ളത് പറയാതിരിക്കാൻ വയ്യ. കേരളീയരായ ഈ ബുദ്ധിജീവികൾ, ഈ സാഹിത്യകാരന്മാർ, ഈ മാതൃകയെല്ലാം പിന്തുടർന്നുകൊണ്ട് ഒരു ആധു

നിക നവീന സാഹിത്യം സൃഷ്ടിച്ചെടുക്കുന്നതിനുള്ള ശ്രമം നടത്തിയെ
ങ്കിലും അതിൽ അവർക്ക് ഇന്ത്യയിലെ മറ്റു പല ഭാഷകളിലുമുള്ള
വർക്കുണ്ടായ വിജയം ഉണ്ടായില്ല.

ഒരൊറ്റ ഉദാഹരണമെടുക്കാം. എനിക്ക് ഈ അടുത്ത കാലത്ത് ഒര
നുഭവമുണ്ടായി. കേരളത്തിൽ ആശാൻ, വള്ളത്തോൾ, ഉള്ളൂർ എന്നീ
മൂന്ന് മഹാകവികളുടെ ജന്മശതാബ്ദി കൊണ്ടാടുകയുണ്ടായി. ഏതാ
ണ്ടിതേ കാലത്ത്, ഏതാനും വർഷം മുമ്പും പിമ്പുമായി, ബംഗാളിൽ
കുറേ ജന്മശതാബ്ദികളുണ്ടായി. ഈ ശതാബ്ദികളിൽ പലതും നോവ
ലിസ്റ്റുകളുടേതാണ്. കേരളത്തിലാകട്ടെ, നോവലിസ്റ്റിന്റെ ശതാബ്ദി
യൊന്നും കൊണ്ടാടിയിട്ടില്ല. ചന്തുമേനോന്റെ പോലും ജന്മശതാബ്ദി
കൊണ്ടാടിയില്ല.

ഇതിന്റെ പിന്നിലൊരു ദുഃഖസത്യമുണ്ട്. ചന്തുമേനോന്റെ *ഇന്ദുലേഖ
ക്കും ശാരദക്കും* ശേഷം മിക്കവാറും മൂത്തിരിങ്ങോട്ടിന്റെ *അഫ്ഫന്റെ
മകൾ വരെ* – അതൊരു നോവലെന്നു പറയാമോ നീണ്ട ചെറുകഥയെന്നു
പറയാമോ – ഈ നീണ്ടകാലത്ത് സാമൂഹ്യ പരിഷ്കാര നോവലുകൾ
മലയാളത്തിൽ വന്നിട്ടില്ല. ചരിത്രനോവലുകളുണ്ട്. *പാറപ്പുറം* പോലെ
അത്യാവശ്യം ചില രാഷ്ട്രീയ നോവലുകളും വന്നിട്ടുണ്ട്. പക്ഷേ എടു
ത്തുപറയത്തക്ക യാതൊരു സാമൂഹ്യ പരിഷ്കാര നോവലും വന്നിട്ടില്ല.
ചന്തുമേനോനെ തുടർന്ന് അര നൂറ്റാണ്ടുകാലം – തകഴി, ദേവ്, ബഷീർ
മുതലായവർ വരെ – എന്തുകൊണ്ടിവിടെ സാമൂഹ്യ പരിഷ്കാര നോവ
ലുകൾ വന്നില്ല എന്നൊരു ചോദ്യമുണ്ട്.

ഈ ചോദ്യത്തിനുത്തരം പറയുമ്പോൾ ബ്രിട്ടീഷുഭരണത്തിൽ കേര
ളത്തിൽ വളർന്നുവന്ന പുതിയ ബൂർഷ്വാസി – പുതിയ ബൂർഷ്വാബുദ്ധി
ജീവികൾ – അവരും ബംഗാളിലേവരും തമ്മിലുള്ള വ്യത്യാസം കാണാം.
ബംഗാളിൽ ഈ കാലത്ത് ശരത്ചന്ദ്രൻ, ബങ്കിംചന്ദ്രൻ അങ്ങനെ ഒട്ടേറെ
പേർ ഉയർന്നുവന്നു. ഇവർ നോവലുകൾ എഴുതുന്നതിനുമുമ്പ് അവി
ടത്തെ അഭ്യസ്തവിദ്യരുടെ ഇടയിൽ നിന്ന് ഒരു സാമൂഹ്യപരിഷ്കാര
പ്രസ്ഥാനം ഉയർന്നുവന്നിരുന്നു. അതാണ് ബങ്കിം-ശരത്ചന്ദ്രാദികളുടെ
നോവലുകൾക്ക് പ്രചോദനം നൽകിയത്. കേരളത്തിലോ? ബ്രിട്ടീഷ് മേധാ
വിത്വത്തിൽ ഉയർന്നുവന്ന പുതിയ ബൂർഷ്വാ ബുദ്ധിജീവിവിഭാഗം കേര
ളത്തിലെ സാമൂഹ്യ വ്യവസ്ഥയെ നേരിട്ടെതിർക്കാൻ തയ്യാറില്ലായിരുന്നു.
നേരിട്ടെതിർക്കുന്നതിനുള്ള ഒരു ശ്രമം – ആ ശ്രമത്തിനെത്തെല്ലാം പരി
മിതികൾ ഉണ്ടെങ്കിലും – സാഹിത്യരംഗത്ത് നടത്തുന്നത് ചന്തുമേനോ
നാണ്. ഈ മാതൃക പിന്തുടരുവാൻ ആളുകൾ കുറവായിരുന്നു. ജാതി-
ജൻമി-നാടുവാഴിമേധാവിത്വത്തെ നേരിട്ടു വെല്ലുവിളിക്കത്തക്ക ഒരു
ബൂർഷ്വാസാമൂഹ്യശക്തി ഇവിടെ വളർന്നുവരാൻ താമസം പിടിച്ചുവെ
ന്നർത്ഥം.

ബംഗാളിൽ 19-ാം നൂറ്റാണ്ടിന്റെ ആദ്യദശകങ്ങളിൽതന്നെ രാജാ
റാം മോഹൻ റോയിയും സഹപ്രവർത്തകരും വന്നു. വളരെ കാര്യമായ

സാമൂഹ്യ പരിഷ്കരണപ്രസ്ഥാനം രൂപം പൂണ്ടു. ഇതാണ് ബംഗാളിൽ രാഷ്ട്രീയ വിപ്ലവപ്രസ്ഥാനത്തിന് ബീജാവാപം നടത്തിയത്. ഇവിടെ യാകട്ടെ സാമൂഹ്യ പരിഷ്കരണത്തിന്റെ കാര്യത്തിലായാലും ശരി, രാഷ്ട്രീയമായി നോക്കിയാലും ശരി, പഴയ വ്യവസ്ഥയുമായി സന്ധി ചെയ്ത് അതുമായി ഇണങ്ങിപ്പോകുന്ന ഒരു വിഭാഗമാണ് ഇവിടത്തെ ബൂർഷ്വാ ബുദ്ധിജീവികൾ.

ഈ സാഹചര്യത്തിലാണ് ആശാൻ വരുന്നത്. ആശാൻ കൃതികളും അദ്ദേഹത്തിന്റെ സംഭാവനകളും സംബന്ധിച്ച് ഞാൻ നാളെ സംസാരി ക്കാം. ഇവിടെ തുടങ്ങി വയ്ക്കുന്നത്, മറ്റു ബൂർഷ്വാ ബുദ്ധിജീവികൾ എന്തിന്റെ കാര്യത്തിൽ അറച്ചറച്ചു നിന്നുവോ അതിന്റെ കാര്യത്തിൽ – അതായത് ജാതി മേധാവിത്വത്തിന്റെ കാര്യത്തിൽ – നേരിട്ടെതിർത്ത് ഒരു സാമൂഹ്യ കലാപത്തിന്റെ കൊടി തന്നെ ഉയർത്തിയത് ആശാനാണ് എന്ന വസ്തുതയാണ്. അതിനുള്ള അദ്ദേഹത്തിന്റെ മാധ്യമം കവിതയാ യിരുന്നു. കവിതാമാധ്യമത്തിൽ കൂടി സാമൂഹിക കലാപത്തിന്റെ കൊടി ആദ്യമായി ഉയർത്തിയെന്നതാണ് ആശാൻ കേരള ചരിത്രത്തിലുള്ള സ്ഥാനം. ഇതാണ് അദ്ദേഹത്തിനുള്ള പ്രാധാന്യം. സാമൂഹിക ചരിത്ര ത്തിന്റെ വീക്ഷണം വച്ചു നോക്കുമ്പോൾ, കവിത മാത്രമെടുത്താൽ എഴു ത്തച്ഛനും ചങ്ങമ്പുഴക്കുമിടക്ക് എടുത്തു പറയത്തക്ക പ്രാധാന്യമുള്ള ഒരു കവി കുമാരനാശാനാണ്. അദ്ദേഹത്തിന്റെ കവിതകൾ എന്തു ചെയ്തു? അത് ഈ സമൂഹത്തെ എങ്ങനെ ബാധിച്ചു? ആ കവിതയിൽ അദ്ദേഹ ത്തിന്റെ വീക്ഷണത്തിൽ എന്തെല്ലാം കുറവുകളുണ്ടായിരുന്നു, ദൗർബ ല്യങ്ങളുണ്ടായിരുന്നു – ഇതൊക്കെ നമുക്ക് നാളെ പരിശോധിക്കാം.

2

വിപ്ലവത്തിന്റെ ശുക്രനക്ഷത്രം

ആശാൻ കൃതികളുടെ വിപ്ലവകരമായ ഉള്ളടക്കത്തിലേക്ക് കട ക്കുന്നതിന് മുമ്പ് കവിതയുടെ രൂപം സംബന്ധിച്ച് ചില പരാമർശങ്ങൾ നടത്തണമെന്ന് ഞാൻ ആഗ്രഹിക്കുന്നു.

ആശാൻ മലയാള സാഹിത്യരംഗത്തേക്ക് കടന്നുവരുന്നതിനുമുമ്പ് മലയാള സാഹിത്യലോകത്തിൽ വാശിയേറിയ ഒരു വാദപ്രതിവാദം നട ന്നിരുന്നുവെന്ന് ഇവിടെ ഓർക്കേണ്ടിയിരിക്കുന്നു. കവിതയിൽ ദ്വിതീയാ ക്ഷരപ്രാസം അനുസരിക്കണമോ വേണ്ടയോ എന്നതായിരുന്നു വാദപ്ര തിവാദ വിഷയം. വലിയകോയിത്തമ്പുരാൻ ഒരു ഭാഗത്തും രാജരാജ വർമ്മ മറുവശത്തും നേതൃത്വം നൽകിക്കൊണ്ടുള്ള രണ്ടുചേരികൾ തമ്മി ലാണ് അന്നേറ്റുമുട്ടിയത്. അതിന്റെ കാര്യത്തിൽ ആശാൻ എടുത്ത നില പാട് രസകരമാണ്. *നളിനി*യുടെ മുഖവുരയിൽ ആശാൻ ഇത് പറ ഞ്ഞിട്ടുണ്ട്. ആ കവിതക്ക് അവതാരികയെഴുതിയ എ ആർ രാജരാജ വർമ്മ ഈ കവിതയിൽ, ഈ കൃതിയിൽ പ്രാസനിർബന്ധം കാണിച്ചി ട്ടുണ്ട്, നൽകിയിട്ടുണ്ട്, അതില്ലായിരുന്നുവെങ്കിൽ ഈ കൃതി കുറേക്കൂടി നന്നാകുമായിരുന്നു എന്ന് അഭിപ്രായപ്പെട്ടിരുന്നു. അതിനെക്കുറിച്ച് ആശാൻ പറഞ്ഞത് ഇങ്ങനെയാണ്:

"ശബ്ദസംബന്ധമായ നിർബന്ധങ്ങളിൽ ചിലത് ഒഴിവാ ക്കിയിരുന്നുവെങ്കിൽ മാറ്റ് കൂടുമായിരുന്നില്ലേ എന്ന് അവ താരികയിൽ ശങ്കിക്കുന്നു. അതുകൊണ്ട് ഈ കവിതയിൽ സർവ്വത്ര കാണുന്ന ദ്വിതീയാക്ഷരപ്രാസ നിർബന്ധത്തി ന്റെയോ മറ്റോ സന്താനമായി വല്ല അസ്വാരസ്യമോ അർത്ഥ ഗ്രഹണവിളംബമോ ഒക്കെ വല്ല ദിക്കിലും വന്നിട്ടുള്ളതായി തിരുമനസ്സിലേക്ക് തോന്നിയിരിക്കാം. ആ ന്യൂനത ഞാൻ

സമ്മതിക്കുന്നു."

പക്ഷേ, ഇത് പിന്നെയും തുടർന്നു. *ലീല*യിലും ഇതുതന്ന വന്നു. ആ കൃതി പ്രസിദ്ധീകരിക്കുമ്പോൾ ആശാൻ തന്റെ മുഖവുരയിൽ ഇങ്ങനെ പറഞ്ഞു :

> "ഭാഷാരീതിയെ സംബന്ധിച്ച് *നളിനി*യുടെ അവതാരിക
> യിൽ മഹാമഹിമ ശ്രീ എ ആർ രാജരാജവർമ്മ കോയി
> ത്തമ്പുരാൻ തിരുമനസ്സുകൊണ്ടു കുറക്കേണ്ടതായി സൂചി
> പ്പിച്ചിരുന്ന നിർബന്ധങ്ങൾ പാടുള്ളത്ര കുറക്കാൻ ശ്രമിച്ചി
> ട്ടുണ്ട്. ആ ശ്രമം തൃപ്തികരമാം വിധം സാധിച്ചിട്ടില്ലെന്നു
> കാണുന്നതിൽ വ്യസനിക്കുന്നു. ചിരപരിചയംകൊണ്ടു ഉറ
> ച്ചുപോയ ശൈലി മാറ്റുന്നത് ക്ഷിപ്രസാധ്യമല്ലെങ്കിലും
> ഇനിയും ശ്രമിച്ച് തിരുമനസ്സിലെ പൂർണ പ്രസാദത്തിനു
> പാത്രമാവാൻ നോക്കുന്നതാണ്."

ഇത് ഒരു കാര്യം വ്യക്തമാക്കുന്നു: അന്നത്തെ വാദപ്രതിവാദത്തിൽ യാഥാ സ്ഥിതികരെന്നും ഉൽപതിഷ്ണുക്കളെന്നും ഉള്ള രണ്ട് ചേരിയിൽ നിന്ന വരുടെ ഇടയിൽ ആശാൻ ബുദ്ധിപരമായി നോക്കിയാൽ ദ്വിതീയാക്ഷര പ്രാസത്തിനെതിരായ വാദത്തെ അനുകൂലിച്ചിരുന്നു. അതേ അവസര ത്തിൽ അദ്ദേഹത്തിന്റെ ചിരപരിചയം നിമിത്തം തന്റെ കൃതികളിൽ പ്രാസ നിർബന്ധം അനുസരിച്ചുപോന്നു. കവിതാരചന സംബന്ധിച്ച ഈ സാങ്കേ തികവശം ഞാനിവിടെ ഒന്നു സൂചിപ്പിക്കുക മാത്രമേ ചെയ്യുന്നുള്ളു. ഇതിന്റെ തന്നെ വേറൊരു വശം *ദുരവസ്ഥ*യെക്കുറിച്ചു പറയുന്ന അവ സരത്തിലെനിക്ക് പറയാൻ കാണും.

ഇത്രയും മുഖവുരയായി പറഞ്ഞ് ഞാൻ കടക്കാൻ ഉദ്ദേശിക്കുന്നത് ആശാൻ കവിതയുടെ ഉള്ളടക്കത്തിലേക്കാണ്. ഈ ഉള്ളടക്കം എന്താണ്? ഇന്നലെ ഞാൻ പറഞ്ഞുവച്ചതുപോലെ, അന്നു നിലവിലിരുന്ന ജാതി-ജന്മി-നാടുവാഴി സമൂഹത്തിനും സംസ്കാരത്തിനുമെതിരായ ഒരു കലാ പമായിരുന്നു ആശാൻ കൃതികൾ. *വീണപൂവ്* മുതൽ *ചണ്ഡാലഭി ക്ഷുകി*യും *ദുരവസ്ഥ*യും, *കരുണ*യും വരെയുള്ള എല്ലാ കവിതകളിലും ഇത് കാണാം. അതേവരെ ഉണ്ടായതും അന്നു നിലവിലിരുന്നതുമായ കേരളീയ കവിതാപാരമ്പര്യത്തിന് തികച്ചും എതിരാണ് ആശാൻ കൃതി കളെന്നർത്ഥം.

ഉദാഹരണത്തിന്, ആശാൻ സാഹിത്യലോകത്ത് ലബ്ധപ്രതിഷ് നാകുന്നതുവരെ, മലയാളകവികളുടെയിടയിൽ സ്ഥാനം കിട്ടണമെങ്കിൽ – മഹാകവിസ്ഥാനം പോകട്ടെ, സാധാരണ കവിസ്ഥാനമെങ്കിലും ലഭി ക്കണമെങ്കിൽ – "ലക്ഷണയുക്തമായ മഹാകാവ്യം" എഴുതിയേ തീരൂ. വള്ളത്തോളെഴുതി, ഉള്ളൂരെഴുതി, അത്രയൊന്നും പ്രശസ്തി നേടിയിട്ട ല്ലാത്ത മറ്റു പലരുമെഴുതി. ആശാനാകട്ടെ, ഒരൊറ്റ മഹാകാവ്യം പോലും

എഴുതിയില്ല. അദ്ദേഹമെഴുതിയത് ഏതാനും ഖണ്ഡകാവ്യങ്ങളാണ്. അവയാണ് അദ്ദേഹത്തെ മഹാകവിയാക്കിയത്. ഈ കൃതികളുടെ ഉള്ളടക്കത്തിലേക്ക് കടന്നൊന്നു പരിശോധിച്ചു നോക്കുക:

ആശാനെപ്പറ്റി പറയാറുള്ളതുപോലെ അദ്ദേഹം ആത്മീയതയുടെ കവിയാണ്, സ്നേഹഗായകനാണ്, മാംസനിബദ്ധമല്ല രാഗം എന്ന വീക്ഷണമുള്ള കവിയാണ്. പക്ഷേ, ഈ ആത്മീയത, ഈ സ്നേഹഗായകത്വം, ഈ മാംസനിബദ്ധമല്ലാത്ത രാഗം എവിടെ നിന്നുവന്നു? ഈ ചോദ്യത്തിനുത്തരം കാണാൻ ശ്രമിക്കുമ്പോൾ നമുക്ക് വ്യക്തമാകും: ആശാന്റെ ആത്മീയതയിൽത്തന്നെ, നേരത്തെ ഞാൻ നൂപിപ്പിച്ചതുപോലെയുള്ള ജാതിമേധാവിത്വത്തിനെതിരായ കലാപം ഒളിഞ്ഞു കിടക്കുന്നു.

ഇതാകട്ടെ, ആശാന്റെ ആത്മീയതയിൽ മാത്രമല്ല, ആശാന്റെ ആശാനായ ശ്രീനാരായണന്റെ ആത്മീയതയിലും കാണാം. നൂറ്റാണ്ടുകളോളം കാലം ആത്മീയതയുടെ, ആത്മീയതയിൽ അടിയുറച്ചു നിൽക്കുന്ന കലാശാസ്ത്രാദിവിജ്ഞാനങ്ങളുടെ, കുത്തകക്കാരായിരുന്ന സവർണജാതികളുടെ കുത്തക പൊളിക്കുകയാണ് ശ്രീനാരായണൻ തന്റെ ആത്മീയത മുഖേന ചെയ്തത്. കേരളത്തിന്റെ ഒറ്റം മുതൽ മറ്റേ അറ്റംവരെ എത്രയോ സ്ഥലങ്ങളിൽ ക്ഷേത്രം പണിയുക, വിഗ്രഹങ്ങൾ ഉണ്ടാക്കുക എന്നെല്ലാം പറയുന്നത് നിരീശ്വരന്മാരും യുക്തിവാദികളുമായവരുടെ ദൃഷ്ടിയിൽ നോക്കിയാൽ യാഥാസ്ഥിതികമായിരിക്കാം, പഴഞ്ചനായിരിക്കാം. എന്നാൽ, അന്നത്തെ സാമൂഹ്യ ചുറ്റുപാടിൽ അതൊരു പുരോഗമന നീക്കമായിരുന്നു. ജാതിമേധാവിത്വത്തോടുള്ള വെല്ലുവിളിയായിരുന്നു.

തുഞ്ചത്തെഴുത്തച്ഛന്റെ സാഹിത്യത്തിന്റെ കാര്യത്തിൽ ഏതാണ്ടിതാണ് നടന്നതെന്നു നേരത്തെ പറഞ്ഞുവല്ലോ. ആ സാഹിത്യത്തിന്റെ ഉള്ളടക്കം ജാതി-ജന്മി-നാടുവാഴി സംസ്കാരത്തിന്റേതാണ്. പക്ഷേ, അതേവരെ ഒരു ചെറിയ സങ്കുചിതവൃത്തത്തിൽ മാത്രം ഒതുങ്ങി നിന്ന ആ സംസ്കാരം ഒരു തരത്തിലുള്ള സംസ്കാരവുമില്ലാത്ത സാധാരണക്കാരിലേക്ക് വ്യാപിപ്പിക്കുകയാണ് എഴുത്തച്ഛൻ ചെയ്തത്. അതുതന്നെ കുറേക്കൂടി വ്യാപകമായ രീതിയിൽ ശ്രീനാരായണൻ ചെയ്തു. എഴുത്തച്ഛൻ സാഹിത്യം പോലും എത്താത്ത അവർണരുടെ ഇടയിലേക്കാണ് ശ്രീനാരായണ സന്ദേശമെത്തിയത്. എന്നുവച്ചാൽ, ജാതി-ജന്മി-നാടുവാഴി സംസ്കാരം സവർണാവർണ ഭേദമില്ലാതെ എല്ലാ ഹിന്ദുക്കളിലേക്കും വ്യാപിക്കുകയാണ് ശ്രീനാരായണന്റെ ആത്മീയതയുടെ ഫലം.

ഇതുതന്ന ആശാന്റെ കൃതികളിലെ ആത്മീയതയെക്കുറിച്ചും പറയാം. ജാതിമേധാവിത്വത്തിനെതിരായ കലാപത്തിൽ ഒരായുധമാണ് ആശാന്റെ ആത്മീയത. മറ്റു കവികളുടേതുപോലെ ഹൈന്ദവ പുരാണങ്ങളെ ആസ്പദമാക്കി ജനങ്ങളെ ആത്മീയതയുടെ മാർഗത്തിലേക്ക് നയിക്കുന്ന കൃതികളല്ല അദ്ദേഹം രചിച്ചത്. ഹൈന്ദവ ദർശനത്തെക്കാൾ ബൗദ്ധദർശനത്തെ ആശ്രയിക്കുന്നതാണ് അദ്ദേഹത്തിന്റെ ആത്മീയകൃ

തികൾ. കുട്ടികൾക്കുവേണ്ടി പ്രത്യേകം രചിച്ച *ബാലരാമായണത്തിനു* പുറമെ അദ്ദേഹമെഴുതിയ കൃതി *ശ്രീബുദ്ധചരിതമാണ്.* ഞാൻ ഇന്നലെ പറഞ്ഞതുപോലെ, ബുദ്ധമതവും ജൈനമതവും വടക്കേ ഇന്ത്യയിൽ ഉടലെടുത്തത് ചാതുർവർണ്യത്തിനും ചാതുർവർണ്യത്തിന്റെ വളർച്ചയെ ത്തിയ രൂപമായ ജാതി-ഉപജാതി വ്യവസ്ഥക്കും എതിരായ ഒരു കലാപ മെന്ന നിലയ്ക്കാണ്. ദാർശനികരൂപത്തിലാണെങ്കിലും ജാതിമേധാവിത്വ ത്തിനെതിരായ ഒരു സംഘട്ടനമായിരുന്നു ബൗദ്ധദർശനം. ആശാന്റെ കൃതികൾക്കു പ്രധാനമായി ഉപജീവിച്ചതാകട്ടെ, ശ്രീബുദ്ധചരിതവും ബൗദ്ധദർശനവുമാണ്.

വള്ളത്തോൾ, *വാല്മീകിരാമായണം* തർജുമ ചെയ്തപ്പോൾ ആശാൻ *ശ്രീബുദ്ധചരിതം - ലൈറ്റ് ഓഫ് ഏഷ്യ -* ആണ് തർജുമ ചെയ്തത്. അതിനു പുറമെ *കരുണ ചണ്ഡാലഭിക്ഷുകി* എന്നീ രണ്ടു ഖണ്ഡകാവ്യങ്ങൾ ബൗദ്ധകഥകളെ ഉപജീവിച്ചുകൊണ്ടുള്ളതാണ്. മാത്രമല്ല, പൗരാണികകഥകളെ ആസ്പദമാക്കി ആശാൻ രചിച്ച ഒരു പ്രധാനകൃതിയായ *ചിന്താവിഷ്ടയായ സീതയും* നമ്മുടെ സവിശേഷ ശ്രദ്ധയാകർഷിക്കുന്നു. വാല്മീകിയുടേതിൽ നിന്നു വ്യത്യസ്തമായി, ആശാന്റെ സീത രാമനു മാത്രമല്ല ദശരഥനും ആ രാജകുടുംബത്തിനാ കെത്തന്നെയും എതിർപ്പു പ്രകടിപ്പിക്കുന്ന ഒരു കഥാപാത്രമാണ്.

ആശാന്റെ സീതക്ക് രാമനോടുള്ള പരാതി തന്നെ കാട്ടിൽക്കൊ ണ്ടുപോയി വിട്ടു എന്നത് മാത്രമല്ല. അത് തീർച്ചയായും ശക്തിയായും അവൾ പ്രകടിപ്പിക്കുന്നു. പക്ഷേ അതോടൊപ്പം,

"മുടിയിൽ കൊതിചേർത്ത് പുത്രനെ ജടി"യാക്കുന്ന ദശരഥനും "ദോഹദമാർന്ന പത്നിയെ മടിവിട്ട് മഹാവനത്തിൽ വെടി"യുന്ന ദശര ഥകുമാരനും ഒരുപോലെ സീതയുടെ വിമർശനത്തിന് വിഷയമാവുന്നു. ഇതിന്റെ ഫലമെന്താണ്? സീത പറയുന്നു:

"ശ്രുതികേട്ട മഹീശർ തന്നെയി-
വ്യതിയാനം സ്വയമേ തുടങ്ങുകിൽ
ക്ഷതി ധർമ്മഗതിക്കു പറ്റിതാൻ
ക്ഷിതിശിഷ്ടർക്കനിവാസ്യമായിതാൻ."

അതായത്, അന്നു നിലവിലിരുന്ന രാഷ്ട്രീയ ഭരണവ്യവസ്ഥ; ആ വ്യവസ്ഥയുടെ തലപ്പത്തു നിൽക്കുന്ന രാമനും ദശരഥനുമെല്ലാം അട ങ്ങുന്ന രാജകുടുംബം; അവരുടെ അധികാരക്കൊതിയും സ്വാർഥ്യവും; അതിൽനിന്നുളവാകുന്ന ഗൂഢതന്ത്രങ്ങൾ ഇതിനെല്ലാമെതിരായിട്ടാണ് ആശാന്റെ സീത പടവാളുയർത്തുന്നത്.

ഈ സന്ദർഭത്തിൽ എനിക്കു വളരെ രസകരമായി തോന്നിയ ഒരു ലേഖനമുണ്ട്. ദേശമംഗലത്ത് രാമവാരിയർ എന്ന ഒരു പണ്ഡിതൻ *അയോധ്യാ രാജധാനിയിലെ ഗൂഢതന്ത്രങ്ങൾ* എന്നൊരു ലേഖനമെഴു തിയിട്ടുണ്ട്. അദ്ദേഹം പറയുന്നത് ഇതാണ്: കൈകേയിയുടെ അച്ഛനായ അശ്വപതിക്ക് ഭരതനെ വാഴിക്കാനൊരു തന്ത്രമുണ്ടായിരുന്നു; രാമനെ

അന്നെ രാജാവാക്കുന്നതിന് ദശരഥനൊരു തന്ത്രമുണ്ടായിരുന്നു; ദശര ധന്റെ തന്ത്രം പൊളിക്കുന്നതിന് കൈകേയിയുടെ സുഹൃത്തായ മന്ഥര ക്കൊരു തന്ത്രമുണ്ടായിരുന്നു. ഈ വിവിധ തന്ത്രങ്ങളുടെ കേന്ദ്രമായി രുന്നു അയോധ്യാ രാജധാനി. *വാല്മീകി രാമായണത്തിൽ* നിന്ന് പ്രസക്ത ഭാഗങ്ങൾ ഉദ്ധരിച്ചു ചേർത്ത് ഇതെല്ലാം സ്ഥാപിക്കുന്ന ഒരു ലേഖനമാ ണത്.

ഏതാണ്ടിതേ രീതിയിലാണ് മുകളിൽ ഉദ്ധരിച്ചു ചേർത്ത പദ്യങ്ങ ളിൽ ആശാന്റെ *സീതയും* ദശരഥാദികളെ കുറ്റപ്പെടുത്തുന്നത്. ഇത് വാല്മീകിയുടെ സീത തന്നെയാണെന്ന് സ്ഥാപിക്കാൻ ശ്രമിക്കുന്ന ചില പണ്ഡിതന്മാരുടെ ചില ലേഖനങ്ങൾ ഞാൻ കണ്ടിട്ടുണ്ട്. അത് കണ്ട പ്പോൾ എനിക്കദ്ഭുതം തോന്നി. വാല്മീകി രണ്ട് മൂവായിരം കൊല്ലം മുമ്പ് ജീവിച്ച ആളാണ്. ഏതു കവിയും, ഏതു സാഹിത്യകാരനും, അന്ന ന്നത്തെ സമൂഹത്തിന്റെ സൃഷ്ടിയാണ്. ആ സമൂഹത്തിലെ ജനങ്ങളുടെ വികാരം, വിചാരം ഇതെല്ലാം സമർത്ഥമായി പ്രതിഫലിപ്പിക്കാനുള്ള കഴി വാണ് ഒരു കവിയുടെ, സാഹിത്യകാരന്റെ കഴിവ്. മൂവായിരം കൊല്ലം മുമ്പ് വാല്മീകി ചെയ്തത് അന്നത്തെ സമൂഹത്തിന്റെ വികാരവിചാര ങ്ങൾക്ക് കലാസുഭഗമായ രൂപം നൽകുകയാണ്. അതാണ് വാല്മീകി യുടെ സീത. ആ സീതയെ തന്നെയാണ് ഇരുപതാം നൂറ്റാണ്ടിലെ കുമാ രനാശാൻ ചിത്രീകരിച്ചതെന്ന് പറയുന്നത് യുക്തിക്ക് യോജിച്ചതല്ല. വാല്മീകിയുടെ കാലംതൊട്ട് ഇരുപതാം നൂറ്റാണ്ടിന്റെ ആദ്യകാലംവരെ ഉയർന്നതും പടിപടിയായി ജീർണ്ണിച്ചു കൊണ്ടിരുന്നതുമായ ജാതിവ്യവ സ്ഥക്കെതിരായി കലാപക്കൊടി ഉയർത്തിയെന്നതാണ് ആശാൻകൃതി ക്കുള്ള മേന്മ.

സാഹിത്യത്തിന്റെ രംഗത്ത് മാത്രമല്ല രാഷ്ട്രീയ രംഗത്തും ഇന്നൊരു മുദ്രാവാക്യം ഉയർന്നുവന്നിട്ടുണ്ട്: "പൗരാണിക ഭാരതീയ സമൂഹം പുനഃ സ്ഥാപിക്കുക, ആർഷസംസ്കാരത്തിലേക്കു തിരിച്ചുപോവുക, ഹിന്ദു രാഷ്ട്രം സ്ഥാപിക്കുക." വാല്മീകിയുടെ ദർശനമാണ് ആശാന്റെ ദർശനം എന്നു പറയുന്നതിന് ഇതിനോടു സാദൃശ്യമുണ്ട്. മൂവായിരം കൊല്ല ങ്ങൾക്കു മുമ്പത്തെ ഋഗ്വേദകാലത്തേക്ക് മടങ്ങിപ്പോവുക എന്നുപ റഞ്ഞാൽ ജാതി-ജന്മി-നാടുവാഴി മേധാവിത്വത്തിന് എതിരായി നടന്നി ട്ടുള്ള എല്ലാ സമരങ്ങളെയും അവഗണിച്ചുകൊണ്ട് മുന്നോട്ടുപോവുക എന്നർത്ഥം. ഹൈന്ദവമേധാവിത്വം (ഹിന്ദുരാഷ്ട്രം സ്ഥാപിക്കുക) എന്ന പേരിലാണിത് നിർദ്ദേശിക്കുന്നതെങ്കിലും യഥാർത്ഥത്തിൽ ജാതിമേധാ വിത്വം, ജാതി-ജന്മി-നാടുവാഴി മേധാവിത്വം, പുനഃസ്ഥാപിക്കാനുള്ള ശ്രമ മാണിത്.

കുറച്ചു തമാശയായിട്ടാണെങ്കിലും കാര്യമായിത്തന്നെ ഞാൻ പറ യാറുള്ള ഒരു സംഗതി ഇവിടെ ആവർത്തിക്കട്ടെ; ഈ മൂവായിരം കൊല്ല ത്തിന്റെ കാര്യം പോകട്ടെ, ഒരമ്പതുകൊല്ലം മുമ്പ് ഞാനൊരു ചെറുപ്പ ക്കാരനായിരുന്ന കാലത്ത് ഉണ്ടായിരുന്ന സ്ഥിതിയിലേക്ക് ഞാൻ മടങ്ങി

പ്പോകണം എന്ന് എന്നോട് പറഞ്ഞാൽ അതിനർത്ഥമെന്താണ്? ഞാൻ വീണ്ടും പൂണൂലിട്ട് കുടുമവച്ച് നടക്കണമെന്നല്ലേ? യഥാർഥം പറയുക യാണെങ്കിൽ, ആ സമൂഹത്തിനെതിരായി സാഹിത്യത്തിൽക്കൂടി പടവാ ളുയർത്തി, ഏതിനെതിരായി ഒരു പൊതു ജനാഭിപ്രായം ആശാൻ സംഘ ടിപ്പിച്ചുവോ, അതിനെതിരായിത്തന്നെ മറ്റൊരു തരത്തിലുള്ള കലാപ ത്തിൽ കൂടിയാണ് ഞാൻ ഞാനായത്. ഇതെല്ലാം കഴിഞ്ഞ് മൂവായിരം കൊല്ലം മുമ്പത്തെ സ്ഥിതിയിലേക്ക് - അതായത് വാല്മീകിയുടെ കാല ത്തേക്ക് തിരിച്ചുപോകുന്ന കാര്യം നമുക്ക് ചിന്തിക്കാൻ കഴിയുമോ? പക്ഷേ, ആശാന്റെ സീത വാല്മീകിയുടെ സീത തന്നെയാണെന്ന് സ്ഥാപിക്കണമെന്ന വാശിയാണ് ചില പണ്ഡിതന്മാർക്ക്.

വാല്മീകി രാമായണമടക്കം പൗരാണിക ഭാരതീയ സാഹിത്യമാകെ ആശാൻ സ്വായത്തമാക്കിയെന്നതു സത്യം തന്നെ. അത് ആത്മീയതയു ടെയും സ്നേഹഗായകത്വത്തിന്റെയും മറ്റും രൂപത്തിൽ അദ്ദേഹം പ്രക ടിപ്പിക്കുകയും ചെയ്തു. പക്ഷേ, വാല്മീകിയുഗത്തിലെ സമൂഹം കരു പ്പിടിപ്പിച്ച ധാർമ്മികമൂല്യങ്ങൾ, രാഷ്ട്രീയ സങ്കല്പം എന്നിവയെ തിര സ്കരിച്ച് പുതിയ (ആധുനിക ബൂർഷ്വാ) മൂല്യങ്ങളെയും സങ്കൽപ്പങ്ങ ളെയും അടിസ്ഥാനമാക്കിയ ഒരു വീക്ഷണമാണ് ആശാനുണ്ടായിരുന്ന ത്. അതാണ് ദശരഥ കുടുംബത്തിനെതിരായ കുറ്റാരോപണങ്ങളിലൂടെ ആശാന്റെ സീത പ്രകടിപ്പിക്കുന്നത്.

ആശാന്റെ സ്നേഹഗായകത്വത്തെക്കുറിച്ചൊരു വാക്ക്: മാംസനി ബദ്ധമല്ല രാഗം - ഇതാണ് *നളിനി, ലീല, ചണ്ഡാലഭിക്ഷുകി, കരുണ* എന്നീ കൃതികളുടെ കാതലായ ഭാഗം. മാംസനിബദ്ധത - തീരെയില്ലാ ത്ത, സംഭോഗശൃംഗാരത്തിന്റെ അയലത്തുപോലും പോകാത്ത, ആ തര ത്തിലുള്ള പ്രേമമാണ് ആശാന്റെ കൃതികളുടെ സംഭാവന. ഇതെവിടെ നിന്നു വന്നു?

വെണ്മണിസംസ്കാരത്തിനോടുള്ള ഒരു വെല്ലുവിളിയാണ് ആശാൻ സാഹിത്യമെന്നാണ് ഉത്തരം. വെണ്മണി സംസ്കാരത്തിന്റെ അവശിഷ്ടം വള്ളത്തോളിൽ പോലും കാണാം. വള്ളത്തോളിന്റെ മറ്റു പല കൃതികളിലും ശ്ലോകങ്ങളിലുമുള്ളതിന് പുറമേ അദ്ദേഹം വെണ്മണി മാതൃകയിൽ ഒരു കൃതിതന്നെ എഴുതി - *വിലാസ ലഹരി*. ആശാൻ ഇതുപോലെ ഒന്നും എഴുതിയിട്ടില്ല. ശ്രീനാരായണൻ, ശൃംഗാരശ്ലോക മൊന്നും എഴുതരുതെന്ന് പറഞ്ഞതുകൊണ്ടാണ് ആശാൻ എഴുതാത്ത തെന്ന് പറയാറുണ്ട്. ശരിയാവാം. ശ്രീനാരായണന്റെ സ്വാധീനം ആശാ നിൽ പ്രതിഫലിച്ചുവെന്നത് സത്യം തന്നെ. പക്ഷേ, ശ്രീനാരായണന്റെ ഈ നിർദ്ദേശമുണ്ടായിട്ടും സാവിത്രിയുടെയും ചാത്തന്റെയും കഥ വന്ന പ്പോൾ സ്ഥിതി മാറി. *നളിനി ലീല കരുണ* ഈ കൃതികളിലെല്ലാം കാണുന്ന പ്രേമബന്ധം മാംസനിബദ്ധമല്ല രാഗം എന്ന അടിസ്ഥാനത്തി ലുള്ളതാണ്. അതിൽ പ്രത്യക്ഷപ്പെടുന്ന സ്ത്രീപുരുഷബന്ധവും അന്നത്തെ ആ സമൂഹത്തിന്റെ തലപ്പത്തിരിക്കുന്നവർ വളർത്തിയെടുത്ത്

സാഹിത്യത്തിൽ പ്രതിഫലിപ്പിച്ച ജീർണതയുടെ സന്മാർഗിക ബോധത്തിനെതിരായ ഒരു വെല്ലുവിളിയായിരുന്നു.

എന്നാൽ *ദുരവസ്ഥ*യിലേക്ക് വന്നപ്പോഴേക്ക് ഈ ആത്മീയത പോയി. ആത്മീയതയുടെ യാതൊരാവരണവുമില്ലാത്ത ആശാന്റെ ഏക കൃതിയാണ് *ദുരവസ്ഥ.* ആശാന്റെ മറ്റ് കൃതികൾക്കുള്ള പല സ്വഭാവ ങ്ങളും ഇല്ലാത്ത ഒന്നാണത്. വളരെ വെട്ടിത്തുറന്ന് ആശാൻ തന്നെ ഈ സത്യം പറഞ്ഞിട്ടുമുണ്ട്. സാമൂഹ്യ പരിഷ്കാരത്തിന്, വിപ്ലവകരമായ പരിഷ്കാരത്തിന് വേണ്ടിയുള്ള ഒരാഹ്വാനമാണ് *ദുരവസ്ഥ.* അതിൽ ആശാന്റെ സൗന്ദര്യബോധം, സാഹിത്യരചനയെ സംബന്ധിച്ച് അദ്ദേഹ ത്തിനുള്ള ബോധം, ഒരു കവിയെന്നുള്ള നിലക്ക് ജനങ്ങൾക്ക് നൽകാ നുള്ള അദ്ദേഹത്തിന്റെ സന്ദേശത്തോടേറ്റുമുട്ടുന്നതായി കാണാം. ആശാൻ തന്നെ പറയുന്നതുപോലെ "*ദുരവസ്ഥ* എന്റെ മറ്റ് കൃതികളെ അപേ ക്ഷിച്ച് വിലക്ഷണരീതിയിലുള്ള കാവ്യമാണ്. വർത്തമാനകാലത്തും വായനക്കാരുടെ മുമ്പിലും നടക്കുന്ന സംഭവങ്ങളെ ആധാരമാക്കിയെന്നു മാത്രമല്ല, അവയെ കഴിയുന്നത്ര തന്മയത്വത്തോടുകൂടി വർണ്ണിപ്പാൻ ആശിച്ചുകൊണ്ടും രചിക്കപ്പെടുന്ന കഥാരൂപമായ കവിതകളിൽ സാരസ്യം വരുത്താൻ പ്രയാസമാണെന്ന് പറയേണ്ടതില്ലല്ലോ. ഇതിനു പുറമെ പ്രബന്ധത്തിന്റെ കീർത്തിക്കും പ്രതിഷ്ഠക്കും നിയാമകനായി വിചാരിക്കപ്പെടുന്ന നായകന്റെ കുലീനത്വാദിഗുണങ്ങളുടെ ഭാവത്തെയും താദൃശനായകന്റെ വിഷയത്തിൽ കുലീനയായ നായികയുടെ രതിക്കുള്ള രസാഭാസത്വശങ്കയെയും മറ്റും ആസ്പദമാക്കി ഈ പുതിയ സംരംഭ ത്തിൽ ശാസ്ത്രീയമായ ആക്ഷേപങ്ങൾ പറവാൻ പുറപ്പെടുന്ന പണ്ഡി തന്മാരും ഉണ്ടായേക്കാം."

കവിതാരചനയെ സംബന്ധിച്ചുള്ള അന്നത്തെ അംഗീകൃത സിദ്ധാ ന്തങ്ങളിൽ ഉറച്ചു നിൽക്കുന്നൊരു കവിയാണ് ആശാൻ. അതുകൊണ്ടാ ണദ്ദേഹത്തിന് ദ്വിതീയാക്ഷരപ്രാസ നിർബന്ധത്തിൽ നിന്ന് സ്വയം മോചനം നേടാൻ കഴിയാതെ വന്നത്. പക്ഷേ, ഉൽക്കൃഷ്ടമായ ഒരു ധർമാ ദർശത്തെ സംബന്ധിക്കുന്ന കൃത്യബോധത്താൽ പ്രേരിതനായി, അംഗീ കൃത സിദ്ധാന്തങ്ങൾക്കെതിരായ ഒരു വിലക്ഷണകൃതി എഴുതിയേ കഴിയൂ എന്നുള്ള ആന്തരിക പ്രേരണ അദ്ദേഹത്തിനുണ്ടായി. ഈ പ്രേരണ വന്നതെങ്ങനെ?

1921-ൽ മലബാർ ലഹള നടന്നു. ലഹളയെക്കുറിച്ചദ്ദേഹം പലതും കേട്ടു; വായിച്ചു. അതിൽനിന്നും അദ്ദേഹത്തിന്റെ മനസിൽ രൂപമെടുത്ത താണ് സാവിത്രിയും ചാത്തനും തമ്മിലുള്ള ബന്ധം. ഇതൊന്നവതരി പ്പിച്ചേ കഴിയു. അംഗീകരിക്കപ്പെട്ട സാഹിത്യമൂല്യസിദ്ധാന്തങ്ങളെല്ലാം എതിരാണെങ്കിൽപ്പോലും കൃത്യബോധത്താൽ പ്രേരിതനായ തനിക്ക് അതൊന്നു പറഞ്ഞേ കഴിയു. സാഹിത്യരചന സംബന്ധിച്ച് തനിക്കുള്ള ധാരണകൾക്കെതിരായിട്ടാണ് ഇതെന്നതിനാൽ ഈ ശ്രമം വിജയിക്കുമോ എന്നദ്ദേഹം സംശയിക്കുന്നു. എങ്കിലും "ഉൽക്കൃഷ്ടമായൊരു ധർമാദർശ

ത്താൽ പ്രേരിതനായി ഈ സാഹസത്തിനൊരുമ്പെട്ടതാ"ണെന്നതിനാൽ "ഇതിലെ തോൽവി തന്നെയും ഒരുവക വിജയമായിരിക്കു"മെന്നദ്ദേഹം സമാധാനിക്കുന്നു.

ആദ്യം പ്രാസവാദത്തിന്റെ കാര്യത്തിലും അന്നു ഉൽപതിഷ്ണു ചേരിയിൽ നിന്നിരുന്ന രാജരാജവർമ്മയുടെ നിർദ്ദേശങ്ങൾ നടപ്പിൽ വരു ത്താൻ കഴിയുന്നില്ല എന്ന് ഖേദം പ്രകടിപ്പിച്ചുകൊണ്ടുതന്നെ *നളിനി* യും *ലീല*യുമെല്ലാമെഴുതിയ ആശാനാണ് അവസാനം *ദുരവസ്ഥ*യിലേക്കു വന്നപ്പോഴേക്കും ഈ കാവ്യസങ്കേതങ്ങൾ, കവിതാരൂപങ്ങൾ എന്നിവയെ സംബന്ധിച്ച് താൻ പഠിച്ചുവച്ച സിദ്ധാന്തങ്ങളെയെല്ലാം മുറിച്ചുകടന്നു കൊണ്ട് ഒരു ധർമാദർശത്താൽ പ്രേരിതനായി പ്രവർത്തിക്കുന്നതെ ന്നോർക്കുക.

മലയാള സാഹിത്യത്തിന്റെ ചരിത്രത്തിൽ വളരെ പ്രധാനമായ ഒരു സംഭവമാണിത്. ഇത് സംബന്ധിച്ച് ഞാനെഴുതിയ ഒരു ലേഖനത്തിന് തലക്കെട്ടു തന്നെ കൊടുത്തിട്ടുള്ളത്, *ദുരവസ്ഥ, പുരോഗമനസാഹിത്യ ത്തിന്റെ മുന്നോടി* എന്നാണ്. ഒരു വ്യക്തമായ സാമൂഹ്യലക്ഷ്യം മുൻനിർത്തി അതിനുവേണ്ടി സാഹിത്യത്തെ ഉപയോഗപ്പെടുത്തലാണ് പുരോഗമനസാഹിത്യത്തിന്റെ കാതലായ ഭാഗം. അതിന്റെ മുന്നോടി യാണ് *ദുരവസ്ഥ*. പക്ഷേ ആ *ദുരവസ്ഥ* എഴുതിയപ്പോഴും ആശാന് ഇതു മായിട്ട് വൈകാരികമായി യോജിക്കാൻ കഴിഞ്ഞുവെങ്കിലും ബുദ്ധിപര മായി യോജിക്കാൻ കഴിഞ്ഞില്ല. അദ്ദേഹത്തിന്റെ പഠിപ്പ്, പരിശീലനം ഇതെല്ലാം ഇതിനെതിരാണ്. വ്യക്തമായ ഒരു സാമൂഹ്യലക്ഷ്യം വച്ചു കൊണ്ട് വർത്തമാനകാല സംഭവങ്ങളെ ആസ്പദമാക്കിക്കൊണ്ടുള്ള കഥാപാത്രങ്ങളെ മെനഞ്ഞെടുത്ത് അതിൽക്കൂടി കവിത രചിക്കുക എന്നത് അദ്ദേഹം പഠിക്കുകയും പരിചയപ്പെടുകയും ചെയ്ത സാഹിത്യ സിദ്ധാന്തങ്ങൾക്കെതിരാണ്. എങ്കിലും വൈകാരികമായി ഈ സാമൂഹ്യ ലക്ഷ്യം ജനങ്ങളുടെയിടയിൽ പ്രചരിപ്പിക്കുന്നത് തന്റെ കടമയാണ്. ഈ സാഹിത്യസിദ്ധാന്തങ്ങൾ എന്തായിരുന്നാലും ശരി, അത് അനുസരിക്കാ ത്തതിന്റെ ഫലമായി തന്റെ സാഹിത്യസൃഷ്ടിക്ക് എന്തെല്ലാം കുറവുക ളുണ്ടായാലും ശരി, താനതിൽ പരാജയപ്പെടുകയാണെങ്കിലും ശരി, താന തുചെയ്യും – ഇതാണ് ആശാന്റെ സമീപനം.

പുരോഗമന സാഹിത്യപ്രസ്ഥാനമായപ്പോഴേക്ക് ഈ സംശയമൊ ന്നുമില്ല. ആശാൻ അറച്ചറച്ചുകൊണ്ട് എന്തു ചെയ്തുവോ അത് വെട്ടി ത്തുറന്നു പ്രഖ്യാപിച്ചുകൊണ്ടുതന്നെ പുരോഗമനസാഹിത്യം ചെയ്തു. അത് സംബന്ധിച്ചു നടന്ന വാദപ്രതിവാദങ്ങളിലേക്ക് ഞാൻ നാളെ കട ക്കാം. ഇവിടെ എനിക്ക് പറയാനുള്ളത്, അന്നത്തെ സമൂഹത്തിന്റെ സ്ഥിതിയെടുത്തു നോക്കുന്ന അവസരത്തിൽ ഏറ്റവുമധികം വിപ്ലവകര മായ ഒരു പ്രസ്ഥാനത്തിന് അതിൻരെ മുമ്പിലുണ്ടാവേണ്ട ലക്ഷ്യം വെട്ടി ത്തുറന്നു പ്രഖ്യാപിക്കുകയും അതിനുവേണ്ടി സാഹിത്യം രചിക്കുകയും ചെയ്തു എന്നതാണ് ആശാന്റെ *ദുരവസ്ഥ*യുടെ സവിശേഷത.

കവിതാശില്പ്പത്തിന്റെ സങ്കുചിതവൃത്തത്തിൽ നിന്നു നോക്കുന്ന പല പണ്ഡിതന്മാരുടെയും അഭിപ്രായത്തിൽ ആശാന്റെ *ദുരവസ്ഥ* മെച്ച പ്പെട്ട കൃതിയല്ല. അതൊരു 'വിലക്ഷണകൃതി'യാണ് എന്ന് ആശാൻ തന്നെ സമ്മതിച്ചിട്ടുണ്ട്. പക്ഷേ, ഇന്നലെ ഞാൻ പറഞ്ഞതുപോലെ, വിശാലമായ ദൃഷ്ടിവച്ചു നോക്കുമ്പോൾ ആശാന്റെ കൃതികളിൽവച്ച് ഏറ്റവും സാമൂഹ്യപ്രാധാന്യമുള്ള കൃതിയാണത്. സാമൂഹ്യരംഗത്ത് നട ക്കാനിരിക്കുന്ന 'വിപ്ലവത്തിന്റെ ശുക്രനക്ഷത്ര'മാണത്. ആശാനടക്കം കേരളത്തിലെല്ലാവരുടെയും ദൃഷ്ടിയിൽ അന്ന് വെറുമൊരു സ്വപ്നമാ യിരുന്ന മിശ്രവിവാഹം സാഹിത്യശ്രീലാദ്യമായി അവതരിപ്പിച്ച കൃതി യാണ്.

പതുക്കെപ്പതുക്കെയാണെങ്കിലും ഇപ്പോൾ യാഥാർത്ഥ്യമാവാൻ തുട ങ്ങിയ ഒരു സ്വപ്നമാണിത്. *ദുരവസ്ഥ*യിലെപ്പോലെ പുലയ - നമ്പൂതിരി വിവാഹമല്ലെങ്കിൽ നമ്പൂതിരിസ്ത്രീകളും അവർണജാതികളിൽപ്പെട്ട യുവാക്കളും തമ്മിലുള്ള വിവാഹമെങ്കിലും കുറെ നടന്നിട്ടുണ്ട്. ആശാന്റെ കാലത്താകട്ടെ, അതൊരു കവിസങ്കല്പം മാത്രമായിരുന്നു. അതുകൊ ണ്ടാണ് താൻ പറയുന്ന കാര്യം എതിർപ്പിനെ വിളിച്ചുവരുത്തുകയല്ലേ എന്നു ആശാൻതന്നെ സംശയം പ്രകടിപ്പിച്ചത്. എങ്കിൽ ആ എതിർപ്പ് നേരിടാനൊരുങ്ങിക്കൊണ്ടാണദ്ദേഹം *ദുരവസ്ഥ* എഴുതി പ്രസിദ്ധീകരി ച്ചത്.

ആശാന്റെ ഈ കൃതിയിൽ പറയുന്ന ഒരു കാര്യം എനിക്കു വളരെ പ്രധാനമായി തോന്നുന്നു. സാവിത്രിയുടെ ചിന്ത ഏതു വഴിക്കു പോകു ന്നുവെന്നതാണത്. താൻ ചാത്തനെ ഭർത്താവായി സ്വീകരിക്കാൻ തീരു മാനിച്ചപ്പോൾ അവൾക്ക് തങ്ങളുടെ ഭാവിജീവിതം സംബന്ധിച്ച ഒരു സങ്കല്പമുണ്ടായിരുന്നു. അതിതാണ്:

കില്ലില്ല ഞാനെന്റെ കാലം നയിക്കുമി-
പ്പുല്ലുമാടത്തിൽ പുലയിയായ്ത്താൻ
അല്ലൽ മറന്നു ചെറുമികളോടു ഞാ-
നെല്ലാപ്പണികളും ശീലിച്ചീടും.
നേരത്തെയേറ്റുടൻ പോകും പണിക്കന്തി
നേരംവരെ നിത്യം വേലചെയ്യും
ചേറുനിലത്തിലും കൂസാതിറങ്ങി ഞാൻ
ഞാറുനടുമവർക്കൊപ്പമായി

എന്നിങ്ങനെ പോകുന്ന സാവിത്രി തന്റെ പഴയ ജീവിതപാരമ്പര്യ മാകെ ഉപേക്ഷിച്ച് ഒരു കർഷകത്തൊഴിലാളി സ്ത്രീയായി സ്വയം മാറു കയാണ്.

മിശ്രവിവാഹം വിജയകരമാവുന്നതിന് അനുപേക്ഷണീയമായി ഉണ്ടാകേണ്ട ഒരു മുന്നുപാധിയുടെ സൂചനയല്ലേ ഇത്? രണ്ടു ജീവിത

ങ്ങൾ ഒന്നായിത്തീരുമ്പോൾ മറ്റു പല കാര്യങ്ങളിലുമെന്നപോലെ ജോ
ലിയുടെ കാര്യത്തിലും അവർ തമ്മിൽ പൊരുത്തമുണ്ടാവണമെന്ന സംഗ
തിയാണ് ഞാനിവിടെ ചൂണ്ടിക്കാണിക്കുന്നത്.

ഒന്നുകിൽ പുലയയുവതീയുവാക്കൾ വിദ്യാഭ്യാസം, ഉദ്യോഗജീ
വിതം മുതലായവയിലൂടെ ഇടത്തരക്കാരായി മാറുക; അല്ലെങ്കിൽ, സാമ്പ
ത്തിക സമ്മർദ്ദം മൂലം നമ്പൂതിരി യുവാക്കളും യുവതികളും കർഷക
ത്തൊഴിലാളികളുടെ നിലയിലെത്തുക - ഇതിലേതെങ്കിലുമൊന്ന് നട
ന്നാലേ ആശാൻ വിഭാവനം ചെയ്യുന്ന മിശ്രവിവാഹം വിജയകരമാവുക
യുള്ളൂ. ഇതിൽ രണ്ടാമത്തേത് നടക്കുന്നതായാണ് ആശാൻ *ദുരവസ്ഥ*
യിൽ സങ്കൽപിക്കുന്നത്. അദ്ദേഹത്തിന്റെ കാലശേഷമാകട്ടെ, ഇത് രണ്ടും
പതുക്കെപ്പതുക്കെയായിട്ടാണെങ്കിലും നടന്നുകൊണ്ടിരിക്കുകയാണ്.

ഈയൊരു വൈവാഹികബന്ധം ചിത്രീകരിക്കുക മാത്രമല്ല
ആശാൻ ഈ കൃതിയിൽ ചെയ്യുന്നത്. അതിനു പിന്നിലുള്ള തന്റെ ദാർശ
നിക കാഴ്ചപ്പാട് അദ്ദേഹം വിശദമായി വിവരിക്കുന്നുമുണ്ട്. *ദുര*
*വസ്ഥ*യുടെ ആദ്യപേജുകളിൽതന്നെ അദ്ദേഹം എഴുതിയിട്ടുള്ള ചില വരി
കൾ നോക്കുക:

"അന്തണനെ ചമച്ചുള്ളൊരു കൈയല്ലോ
ഹന്ത നിർമ്മിച്ചു ചെറുമനെയും
ബാഹുവീര്യങ്ങളും ബുദ്ധിപ്രഭകളും
സ്നേഹമൊലിക്കുമുറവുകളും
ആഹന്തയെത്ര വിഫലമാക്കിത്തീർത്തു
നീ ഹിന്ദുധർമ്മമേ'ജാതി'മൂലം
എത്ര പെരുമാക്കൾ ശങ്കരാചാര്യന്മാ-
രെത്രയോ തുഞ്ചൻമാർ കുഞ്ചൻമാരും
ക്രൂരയാം ജാതിയാൽ നൂനമലസിപ്പോയ്
കേരളമാതാവേ, നിൻ വയറ്റിൽ
തേച്ചുമിനുക്കിയാൽ കാന്തിയും മൂല്യവും
വാച്ചിടും കല്ലുകൾ ഭാരതാംബേ,
താണുകിടക്കുന്നു നിൻ കുക്ഷിയിൽ ചാണ
കാണാതെയാറേഴു കോടിയിന്നും,
എന്തിനു കേഴുന്നു ദീനയോ നീ ദേവി,
എന്തു ഖേദിപ്പാൻ ദരിദ്രയോ നീ,
ഹന്തയിജ്ജാതിയെ ഹോമിച്ചൊഴിച്ചാൽ നിൻ
ചിന്തിതം സാധിച്ചു രത്നഗർഭേ
തൊട്ടുകൂടാത്തവർ തീണ്ടിക്കൂടാത്തവർ
ദൃഷ്ടിയിൽപ്പെട്ടാലും ദോഷമുള്ളോർ
കെട്ടില്ലാത്തോർ തമ്മിലുണ്ണാത്തോരിങ്ങനെ-
യൊട്ടല്ലഹോ ജാതിക്കോമരങ്ങൾ

ഭേദങ്ങളറ്റ പൊരുളിനെക്കാഹള-
മൂതിവാഴ്ത്തീടുന്നു വേദം നാലും,
വൈദികമാനികൾ മർത്യരിൽ ഭേദവും,
ഭേദത്തിൽ ഭേദവും ജല്പിക്കുന്നു
എന്തൊരു വൈകൃതം ബ്രഹ്മവിദ്യേ. നിന്നി-
ലെന്താണിക്കാണുന്ന വൈപരീത്യം.
നിർണയം നിന്നെപ്പോൽ പാരിലധോഗതി
വിണ്ണവർ ഗംഗയ്ക്കുമുണ്ടായില്ല.”

ഹൈന്ദവസമൂഹത്തിന്റെയും സംസ്കാരത്തിന്റെയും നേരെ
ആശാൻ നടത്തുന്ന ഉഗ്രമായ ഒരാക്രമണമെന്ന് വിശേഷിപ്പിക്കാവുന്ന
ഈ കൃതിയുടെ അവസാനവരികളാവട്ടെ, ഈ സമൂഹത്തിന്റെയും
സംസ്കാരത്തിന്റെയും തലപ്പത്തിരിക്കുന്ന നമ്പൂതിരിമാരെ നേരിട്ടുതന്നെ
അഭിസംബോധന ചെയ്തു നടത്തുന്ന ഒരു സമരാഹ്വാനമാണ്.

പൂജ്യരാം വൈദികൻമാരെ തുനിഞ്ഞിവൻ
യോജ്യമല്ലെങ്കിലുമൊന്നോതുന്നേൻ;
രാജ്യത്തെയോർത്തും മതത്തെയോർത്തും പിന്നെ
പ്രാജ്യരാം നിങ്ങളെത്തന്നെയോർത്തും
കാലം വൈകിപ്പോയി, കേവലമാചാര
നൂലുകളെല്ലാം പഴകിപ്പോയി.
കെട്ടിനിറുത്താൻ കഴിയാതെ ദുർബല-
പ്പെട്ട ചരടിൽ ജനത നിൽക്കാ.
മാറ്റുവിൻ ചട്ടങ്ങളെ സ്വയമല്ലെങ്കിൽ
മാറ്റുമതുകളീനിങ്ങളെത്താൻ
മാറ്റൊലിക്കൊണ്ടീമൊഴിതന്നെ ചൊല്ലുന്നു
കാലവും നിങ്ങളിന്നൂന്നിനിൽക്കും
കാലിന്നടിയിലുമസ്വസ്ഥതയുടെ
കോലാഹലങ്ങൾ മുഴങ്ങിടുന്നു.
ജോലിത്തിരക്കുകൾ മൂലവും സേവക-
ജാലങ്ങൾതൻ സ്തുതിഘോഷം കൊണ്ടും
ആലോചിയാ ഭവാന്മാരൊന്നുമീവക-
യാലാപംതന്നെ ചെവിയിലെത്താ
ഇ“ദ്ദുരവസ്ഥ”യിലുള്ളിൽ വികാരങ്ങ-
ളുദേഗഭാവമിയന്നുരയ്ക്കും
മദ്വചനങ്ങൾക്കു മാർദ്ദവമില്ലെങ്കി
ലുദേശശുദ്ധിയാൽ മാപ്പു നൽകിൻ.
അല്പം കനിഞ്ഞു ചിന്തിക്കുവിൻ പൂജ്യരേ -
യിപ്പാവം ചൊന്നതിരന്നീടുന്നേൻ,

    ഇപ്പാഴുപാട്ടാമെളിയ വിജ്ഞാപനം
    മുല്പാടുവച്ചു വണങ്ങിടുന്നേൻ."

    ജാതിമേധാവിത്വത്തിന്റെ തലപ്പത്തിരിക്കുന്നവരടക്കം ആ വ്യവ
സ്ഥയിലുള്ളവരെയെല്ലാം സ്പർശിക്കുന്ന ഒരു സാമൂഹ്യവിപ്ലവത്തിന്റെ
ദർശനമാണ് ആശാനുള്ളതെന്ന് ഇതിൽനിന്ന് വ്യക്തമാവുമല്ലോ. പക്ഷേ,
ഒരു ചോദ്യം പ്രസക്തമാണ്: ആശാൻ ഇന്ത്യയുടെ ദേശീയ സ്വാതന്ത്ര്യ
ത്തിന്റെ നേരെ എടുത്തിട്ടുള്ള നിലപാട് എന്താണ്? അതൊരു വിപ്ലവകാ
രിക്ക് യോജിച്ചതാണോ? "എന്തിന്നു ഭാരതധരേ കരയുന്നു... പാരതന്ത്ര്യം
നിനക്കു വിധികല്പിതമാണു തായേ" എന്നെഴുതിയ ആശാനെ എങ്ങനെ
വിപ്ലവകാരിയായി കണക്കാക്കാം?

    "സ്വാതന്ത്ര്യം തന്നെ അമൃതം" എന്നും മറ്റുമുള്ള ചില പദ്യശകല
ങ്ങളെടുത്തുദ്ധരിച്ച് ആശാൻ ദേശീയ സ്വാതന്ത്ര്യത്തിനെതിരല്ലെന്നു
ചിലർ വാദിക്കാറുണ്ട്. അതിനർത്ഥമില്ല. ദേശീയ സ്വാതന്ത്ര്യത്തിനല്ല,
ജാതിനശീകരണത്തിനാണ്, ആശാൻ മുൻഗണന നൽകിയതെന്നത്
സംശയരഹിതമാണ്.

    പക്ഷേ, ഇത് ആശാന്റെതു മാത്രമായ ഒരു കാഴ്ചപ്പാടല്ല. 19-ാം
നൂറ്റാണ്ടിന്റെ ആദ്യ ദശകങ്ങളിൽ ബംഗാളിൽ ഉയർന്നുവന്ന രാജാ റാം
മോഹൻ റോയി തൊട്ട് സ്വാതന്ത്ര്യലബ്ധിയുടെ കാലത്തെ ഡോ:
അംബേദ്കർ വരെയുള്ള ഒരു വിഭാഗം ബൂർഷ്വാ പരിവർത്തനവാദിക
ളുടെ പൊതു വീക്ഷണമാണിത്. ബൂർഷ്വാദേശീയ പ്രസ്ഥാനത്തിന്റെ
ഉദ്ഭവം തൊട്ട് അതിൽ രണ്ടു മുഖ്യധാരകളുണ്ടായിരുന്നു. അതിലൊന്ന്
രാജാ റാം മോഹൻറോയി പ്രതിനിധാനം ചെയ്തതാണ്. അദ്ദേഹം അന്ത
രിച്ചതിന് ശേഷമാണെങ്കിലും അദ്ദേഹത്തിന്റെ ശിഷ്യരും സഹപ്രവർത്ത
കരും 1857-ലെ ദേശീയ കലാപത്തിന്റെ നേരെ എന്ത് നിലപാടാണെടു
ത്തതെന്ന് പരിശോധിക്കുക. ആ ദേശീയ കലാപത്തിനെതിരായിരുന്നു
അവർ. ബ്രിട്ടീഷ് വിരുദ്ധകലാപം വിജയകരമായാൽ ജാതി-മതാദിശക്തി
കളുടെ മേധാവിത്വം വീണ്ടെടുക്കപ്പെടുമെന്ന ഭയമായിരുന്നു അവർക്ക്.

    രണ്ടാമത്തെ ധാരയുടെ പ്രതിനിധികൾ ദേശീയാടിസ്ഥാനത്തിൽ
രാഷ്ട്രീയ സ്വാതന്ത്ര്യത്തിനുവേണ്ടി പോരാടി. അതേ അവസരത്തിൽ,
സാമൂഹ്യ-സാംസ്കാരിക പ്രശ്നങ്ങളിൽ ജാതി-ജന്മി-നാടുവാഴിത്തവു
മായി അവർ വിട്ടുവീഴ്ച ചെയ്തു. ഇതാണ് മഹാത്മാഗാന്ധിയുടെ രാമ
രാജ്യത്തിലും മറ്റു ചിലരുടെ ഹിന്ദുരാഷ്ട്രത്തിലും ചെന്നെത്തിയത്. ഹിന്ദു
ക്കളിൽ മാത്രമല്ല മുസ്ലിങ്ങളിലും ഇതു വന്നു. അതാണ് പാകിസ്ഥാൻ
പ്രക്ഷോഭത്തിൽ ചെന്നെത്തിയത്. ദേശീയ സ്വാതന്ത്ര്യത്തിന്റെ കാതൽ
പൗരാണിക ഹൈന്ദമവേധാവിത്വം പുനരുദ്ധരിക്കുകയാണെന്നു മുസ്ലിം
ദേശീയവാദികളും. അശോകനെയും ചന്ദ്രഗുപ്തനെയും ഒരു കൂട്ടർ മാതൃ
കയാക്കിയപ്പോൾ രണ്ടാമത്തെ കൂട്ടർ മുഗളസാമ്രാജ്യത്തെയാണ് ആശ്ര
യിച്ചത്.

അതായത്, സാമൂഹ്യ - സാംസ്കാരിക പ്രശ്നങ്ങളിൽ വിട്ടുവീഴ്ച ചെയ്തും ആ രംഗത്ത് വിപ്ലവകരമായ എല്ലാ മാറ്റങ്ങളെയും എതിർത്തു കൊണ്ടും രാഷ്ട്രീയ സ്വാതന്ത്ര്യത്തിനുവേണ്ടി പോരാടുന്ന ഒരു വിഭാ ഗം, സാമൂഹ്യ-സാംസ്കാരിക മാറ്റങ്ങൾക്കുവേണ്ടി പോരാടുകയും അതിന് ബ്രിട്ടീഷ് ഭരണാധികാരികളെ ആശ്രയിക്കുകയും ചെയ്യുന്ന മറ്റൊരു വിഭാഗം - ഇങ്ങനെ രണ്ടായിപ്പിരിച്ച ബൂർഷ്വാ ജനാധിപത്യ പ്ര സ്ഥാനത്തിൽ രണ്ടാമത്തേതിലാണ് ആശാൻ. അദ്ദേഹത്തിന്റെ സാവിത്രി പുലയരെ ഉയർത്താനുള്ള തങ്ങളുടെ (ചാത്തന്റെയും തന്റെയും) ശ്രമ ത്തിന് ഇന്ത്യ ഭരിക്കുന്ന ബ്രിട്ടീഷ് ഭരണാധികാരികളുടെ പിന്തുണ കിട്ടു മെന്നു പ്രതീക്ഷിക്കുന്നത് നോക്കുക.

ഇതെല്ലാം ചൂണ്ടിക്കാണിച്ച ആശാൻ പ്രതിനിധാനം ചെയ്ത ചിന്താ ധാര പിന്തിരിപ്പനാണെന്ന് വേണമെങ്കിൽ പറയാം. അതേ അളവു കോൽവച്ച് മഹാത്മാഗാന്ധിയടക്കമുള്ള രാഷ്ട്രീയ നേതൃത്വത്തെയും പിന്തിരിപ്പനെന്നു വിളിക്കാം. വിദേശീയ മേധാവിത്വത്തെയും നാടൻ പിന്തി രിപ്പത്തെയും ഒരേ സമയത്തെിർക്കുന്ന വിപ്ലവസ്വഭാവം ഈ രണ്ട് ചിന്താധാരകൾക്കുമില്ല. അവയിലൊന്ന് ഒരു വിപ്ലവ വിരുദ്ധ ശക്തിയു മായി സന്ധിചെയ്ത് മറ്റേ രംഗത്തെ വിപ്ലവശക്തികളെ വളർത്താൻ സഹായിക്കുന്നു. മറ്റേ ചിന്താധാര മറിച്ചും. ഇതാണ് സത്യം.

ആശാനെ 'വിപ്ലവത്തിന്റെ ശുക്രനക്ഷത്രം' എന്നു വിശേഷിപ്പിക്കു ന്നത് എന്തർത്ഥത്തിലാണെന്ന ചോദ്യം ഇവിടെ പ്രസക്തമാണ്. 19-20 നൂറ്റാണ്ടുകളിൽ ലോകത്തിലാകെ രണ്ടു തരത്തിലുള്ള വിപ്ലവങ്ങൾ നട ന്നിട്ടുണ്ട്. ബൂർഷ്വാ വിപ്ലവവും സോഷ്യലിസ്റ്റ് വിപ്ലവവും. ഇതിലേത് വിപ്ല വത്തിന്റെ ശുക്രനക്ഷത്രമാണ് ആശാൻ?

സോഷ്യലിസ്റ്റ് വിപ്ലവത്തിന്റെ ശുക്രനക്ഷത്രമല്ല ആശാൻ എന്നു പറഞ്ഞാലദ്ദേഹത്തെ അപമാനിക്കുകയായിരിക്കും എന്നു ധരിക്കുന്ന ചില രുണ്ട്. നിർഭാഗ്യവശാൽ, അവരിൽ ചിലരുടെ ആക്രമണത്തിന് ഞാനൊ രിക്കലിരയായി. ഞാൻ പറഞ്ഞു: ആശാനൊരു ബൂർഷ്വാകവിയാണ്, ആശാനൊരു വിപ്ലവകാരിയാണ്. ഉടനെ ചോദ്യം വന്നു: ഒരു ബൂർഷ്വാ കവി എങ്ങനെ വിപ്ലവകാരിയാവും?

മുതലാളിത്തത്തിന്റെ വളർച്ചയുടെ ചരിത്രകാലഘട്ടത്തിൽ അന്നു നിലനിന്ന മധ്യകാലഫ്യൂഡൽ വ്യവസ്ഥയെ തട്ടിത്തകർക്കുന്ന കാര്യ ത്തിൽ ബൂർഷ്വാസി വഹിച്ച പങ്കിന്റെ ഏറ്റവും വലിയ സ്തുതിഗായക രാരാണെന്നു ചോദിച്ചാൽ മാർക്സും എംഗൽസുമാണെന്നു കാണാം. അവരെഴുതിയ *കമ്മ്യൂണിസ്റ്റ് മാനിഫെസ്റ്റോ* പോലെ ബൂർഷ്വാസിക്ക് സ്തുതിഗീതം പാടിയ മറ്റൊരു രേഖ കാണൻ കഴിയില്ല. അതേവരെ ഉണ്ടായ എല്ലാ ജീർണ ബന്ധങ്ങളെയും തട്ടിത്തകർത്ത്, അതേവരെ ഉ ണ്ടായിട്ടുള്ളതിൽ വച്ചേറ്റവും വലിയ വിപ്ലവം നടത്തിയത് ബൂർഷ്വാ സിയാണ്, എന്നു പറഞ്ഞിട്ടാണ് ബൂർഷ്വസിയെ മാർക്സും എംഗൽസും വിമർശിക്കുന്നത്.

ഇന്ത്യയിൽത്തന്നെ ബ്രിട്ടീഷ് ബൂർഷ്വാസി എന്തു ചെയ്തു? നൂറ്റാ ണ്ടുകളോളം നിലവിലിരുന്നതും വളർച്ചമുട്ടി മുരടിച്ചതുമായ സാമൂഹ്യ വ്യവസ്ഥയുടെ കടയ്ക്കു കത്തി വയ്ക്കുകയാണ് വിദേശീയരാണെങ്കിലും ബ്രിട്ടീഷ് ബൂർഷ്വാസി ചെയ്തത്; ആ നിലയ്ക്ക് ഇന്ത്യൻ ജനതയെ കൊള്ളയടിച്ചു സ്വയം വളരാനാണെങ്കിലും, ചരിത്രത്തിലതേവരെ ആർക്കും നിറവേറ്റാൻ കഴിയാത്തൊരു കടമയാണ് ബ്രിട്ടീഷ് ബൂർഷ്വാസി ഇന്ത്യയിൽ ചെയ്തത് – ഇതാണ് മാർക്സ് ചൂണ്ടിക്കാണിച്ചത്.

ആശാൻ മരിക്കുന്നതുവരെ കേരളത്തിൽ ഒരു സംഘടിത തൊഴി ലാളിവർഗ പ്രസ്ഥാനം ഉടലെടുത്തിരുന്നില്ല എന്നുകൂടി ഈയവസര ത്തിൽ ഓർക്കണം. സംഘടിത തൊഴിലാളി വർഗ പ്രസ്ഥാനം ഉയർന്നു വരുന്നതുവരെ വിപ്ലവത്തിനു സോഷ്യലിസ്റ്റ് സ്വഭാവമുണ്ടാവാൻ സാധ്യ തയില്ലല്ലോ. ആശാൻ ജീവിച്ചിരുന്നുവെങ്കിൽ രൂപംകൊള്ളുന്ന തൊഴി ലാളിവർഗത്തോടെന്തു സമീപനമംഗീകരിക്കുമായിരുന്നുവെന്ന ചോദ്യം സംഗതമല്ല. ബൂർഷ്വാസി വളർന്നുവരാൻ തുടങ്ങുകയും തൊഴിലാളി വർഗം ഒരു സംഘടിത സാംസ്കാരിക–രാഷ്ട്രീയ ശക്തിയായി വളരാ തിരിക്കുകയും ചെയ്ത കാലത്തുപോലും പുലയിയെ വെറും പുലയി യായിട്ടല്ലാതെ കർഷകത്തൊഴിലാളിയായി കാണാൻ ആശാനു കഴിഞ്ഞു എന്നുള്ളതാണ് അദ്ദേഹത്തിന്റെ മേന്മ.

ചുരുക്കത്തിൽ, നിലവിലുള്ള ജാതി–ജന്മി–നാടുവാഴി മേധാവിത്വ ത്തിനെതിരായി കലാപക്കൊടി ഉയർത്തിയ ആശാൻ ആ അർത്ഥത്തിൽ വിപ്ലവത്തിന്റെ ശുക്രനക്ഷത്രം തന്നെയാണ്. പക്ഷേ, സോഷ്യലിസ്റ്റ് വിപ്ല വത്തെയാണ് അദ്ദേഹം പ്രതിനിധാനം ചെയ്തതെന്ന് പറഞ്ഞ് ആളെ കബളിപ്പിക്കരുത്. ബൂർഷ്വാവിപ്ലവത്തിൽ നിന്നു തൊഴിലാളി വർഗത്തി ലേക്കുള്ള മാറ്റം ആശാന്റെ കാലത്ത് വരാൻ തുടങ്ങിയിരുന്നില്ലെന്നതാണു സത്യം.

വീണപൂവ്, നളിനി മുതലായവയിൽ തുടങ്ങി *ചണ്ഡാലഭി ക്ഷുകിയും ദുരവസ്ഥയും* വരെയുള്ള കൃതികളിലോരോന്നിലും ഒരു തര ത്തിലല്ലെങ്കിൽ മറ്റൊരു തരത്തിൽ ജാതി–ജന്മി–നാടുവാഴി സമൂഹ ത്തിനും സംസ്കാരത്തിനും എതിരായ കലാപത്തിന്റെ സന്ദേശമാണ് ആശാൻ ഉൾക്കൊള്ളിച്ചത്. ഇതെല്ലാം രചിച്ച ആശാൻ ബൂർഷ്വാവിപ്ലവ ത്തിന്റെ പരിമിതികൾക്കു വിധേയനായിരുന്നു. ആ പരിമിതികളാണ് ദേശീയ സ്വാതന്ത്ര്യ പ്രസ്ഥാനം, ആത്മീയത, കവിതാരൂപം സംബന്ധിച്ച് ഗതാനുഗതികത്വം മുതലായവ. ഈ പരിമിതികളിൽ നിന്നു വിമുക്ത മായി സോഷ്യലിസ്റ്റ് വിപ്ലവത്തിന് കളമൊരുക്കുന്ന കൃതികൾ അധികം കഴിയുന്നതിനുമുമ്പു രചിക്കപ്പെടാൻ തുടങ്ങി. ചങ്ങമ്പുഴ, തകഴി, കേശ വദേവ് മുതലായവരിൽ തുടങ്ങി ജീവൽ – പുരോഗമന സാഹിത്യ പ്രസ്ഥാ നങ്ങളായി അത് രൂപം പ്രാപിച്ചു. അതിനടിത്തറയിടുന്നതിൽ ആശാൻ ക്രിയാത്മകമായ പങ്കു വഹിച്ചുവെന്നതാണ് പ്രധാന കാര്യം.

3

തൊഴിലാളിവർഗം സാഹിത്യത്തിലും രാഷ്ട്രീയത്തിലും

ഇന്നലെ ഞാൻ സംസാരിച്ചതുപോലെ തൊഴിലാളിവർഗം സംഘ ടിതമായ ഒരു സാമൂഹ്യശക്തിയായി രാഷ്ട്രീയത്തിലും സാഹിത്യത്തിലും രംഗപ്രവേശം ചെയ്യുന്നതിനുമുമ്പാണ് ആശാൻ അദ്ദേഹത്തിന്റെ സാഹി ത്യസംരംഭം നടത്തിയത്. ഇതിൽനിന്നും ഉളവാകുന്ന ദൗർബല്യങ്ങൾ അദ്ദേഹത്തിന്റെ കൃതികളിൽ പ്രകടമായിരുന്നു. രാഷ്ട്രീയ സ്വാതന്ത്ര്യ ത്തിന്റെ കാര്യത്തിലുള്ള പുറംതിരിഞ്ഞു നിൽക്കലും ആത്മീയതയും ഈ ദൗർബല്യത്തിന്റെ രണ്ടു രൂപങ്ങളായിരുന്നു. തൊഴിലാളിവർഗ്ഗത്തിന് മാത്രമേ ആശാൻ രൂപം നൽകിയ ജാതിവിരുദ്ധതയെ രാഷ്ട്രീയ സ്വാത ന്ത്ര്യവും ഭൗതിക വീക്ഷണഗതിയുമായി ഇണക്കാൻ കഴിയുകയുള്ളൂ.

എന്നാൽ, ആശാൻ അന്തരിച്ച് ഒരു വ്യാഴവട്ടം തികയുന്നതിനുമു മ്പുതന്നെ സ്ഥിതിഗതികളിൽ സാരമായ മാറ്റം വന്നു. 1930-കളുടെ ആദ്യ വർഷങ്ങളിൽ ഇന്ത്യയുടെ മറ്റു പ്രദേശങ്ങളിലെന്നപോലെ കേരളത്തിലും തൊഴിലാളിവർഗം ഒരു സംഘടിത രാഷ്ട്രീയ ശക്തിയായി രൂപപ്പെട്ടു തുടങ്ങി. ട്രേഡ് യൂണിയനുകൾ പോലെ സാമ്പത്തിക സമരങ്ങൾ നട ത്തുന്നതിനു വേണ്ടിയുള്ള സംഘടനകൾ മാത്രമല്ല, തൊഴിലാളിവർഗ ത്തിന്റെ വീക്ഷണം വച്ചുകൊണ്ടുള്ള രാഷ്ട്രീയപാർട്ടികൾ, പത്രങ്ങൾ, പ്രസിദ്ധീകരണങ്ങൾ മുതലായവയും ഉയർന്നുവന്നു. പിന്നീട് കേരളമാ യിത്തീർന്ന തിരുവിതാംകൂർ, കൊച്ചി, മലബാർ എന്നീ മൂന്നു പ്രദേശ ങ്ങളുടെയും സമകാലീന രാഷ്ട്രീയത്തിൽ തൊഴിലാളിവർഗ വീക്ഷണ മനുസരിച്ചുള്ള നയപരിപാടികൾ ആവിഷ്കരിക്കാൻ തുടങ്ങി.

1931-32-ലാണ് ആദ്യമായി കേരളത്തിൽ *കമ്മ്യൂണിസ്റ്റ് ലീഗ്* എന്ന പേരിൽ ഒരു സംഘടന ഉയർന്നു വന്നത്. അന്തരിച്ച പൊന്നറ ശ്രീധർ, എൻ പി കുരുക്കൾ എന്നിവരും ജീവിച്ചിരിക്കുന്ന എൻ സി ശേഖറും രൂപം നൽകിയ ഈ സംഘടനയാണ് ആദ്യമായി കേരളത്തിൽ തൊഴി

ലാളിവർഗ വീക്ഷണം ഉയർത്തിപ്പിടിച്ച രാഷ്ട്രീയ പ്രസ്ഥാനം. ഈ കാല ത്തുതന്നെ, ഈ വീക്ഷണം ഒരതിരുവരെ പ്രതിഫലിപ്പിക്കുന്ന കേശവ ദേവിന്റെ ലേഖനങ്ങളും, ലഘുലേഖകളും പ്രത്യക്ഷപ്പെട്ടു. തുടർന്ന് തൊഴിലാളി സംഘടനകൾ, പ്രക്ഷോഭങ്ങൾ, പണിമുടക്കുകൾ ഇതെല്ലാം വന്നു. ആ പാർട്ടിക്കകത്ത് ക്രമേണ കമ്യൂണിസ്റ്റ് പാർടിയുടെ സ്വാധീനം വളർന്നു. 1939 അവസാനം കേരളത്തിലെ കോൺഗ്രസ് സോഷ്യലിസ്റ്റ് പാർട്ടിയാകെ കമ്യൂണിസ്റ്റ് പാർട്ടിയിൽ ലയിച്ചു. ഇതോടെ തൊഴിലാളി വർഗം കേരളത്തിലെ ഒരു മുഖ്യ രാഷ്ട്രീയ ശക്തിയായിത്തീർന്നു.

അതിനുമുമ്പും തൊഴിലാളിവർഗം ഒരു സംഘടിത സാമൂഹ്യശ ക്തിയായി രംഗത്തുവന്നിരുന്നു. ആലപ്പുഴയിലും കൊല്ലത്തും കോഴി ക്കോട്ടും കണ്ണൂരും ചുരുക്കം ചില ട്രേഡ് യൂണിയനുകൾ, പണിമുടക്കമ ടക്കമുള്ള പ്രക്ഷോഭങ്ങൾ എന്നിവ 1920-കളിൽ വളരെ ചുരുക്കം തോതി ലാണെങ്കിലും തുടങ്ങിയിരുന്നു. ഇത്ര സംഘടിതമായിട്ടല്ലെങ്കിലും കാർഷിക തൊഴിലാളികളുടെ രംഗത്ത് പ്രാദേശികമായി ഒരിടത്ത് 1907 – 1908 കാലത്തുതന്നെ അന്തരിച്ച അയ്യങ്കാളിയുടെ നേതൃത്വത്തിൽ ഒരു പണിമുടക്ക് നടക്കുകയുണ്ടായി. ഇതുപോലെ അങ്ങിങ്ങ് ശിഥിലമായി ചിന്നിച്ചിതറിക്കൊണ്ടുള്ളതായി, അസംഘടിതമായി കർഷകത്തൊഴിലാ ളികളിൽ ആത്മവിശ്വാസവും സംഘടനാബോധവും രൂപംകൊള്ളാൻ തുട ങ്ങിയിരിക്കണം. ഇതല്ലേ ഒരു തരത്തിൽ അവ്യക്തമായി കുമാരനാശാന്റെ സാവിത്രി ചാത്തനുമായി ചേർന്നുള്ള തന്റെ ഭാവിജീവിതം സങ്കല്പി ക്കുന്നതിൽ പ്രതിഫലിപ്പിച്ചത്?

കർഷകത്തൊഴിലാളികളുടെ സംഘടിത പ്രസ്ഥാനം രൂപംകൊ ള്ളാൻ പിന്നെയും താമസിച്ചു. രണ്ടു പന്തീരാണ്ടോളം കഴിഞ്ഞാണ് കർഷ കത്തൊഴിലാളികളുടെ സംഘടിത സമരങ്ങളും പ്രസ്ഥാനങ്ങളും കേര ളത്തിൽ അലയടിക്കാൻ തുടങ്ങിയത്.

പക്ഷേ, അതിനെത്രയോ മുമ്പ് കൊല്ലത്തും കോഴിക്കോട്ടും ആല പ്പുഴയിലും കണ്ണൂരും മറ്റും സംഘടിതമായ വ്യാവസായിക തൊഴിലാളി പ്രസ്ഥാനം രൂപംകൊണ്ടു. കേരളത്തിന്റെ എല്ലാ കേന്ദ്രങ്ങളിലും ചെറിയ ചെറിയ തൊഴിലാളി സംഘടനകൾ രൂപപ്പെട്ടു. തൊഴിലാളികളുടെ സാമ്പ ത്തികാവശ്യങ്ങൾക്കുവേണ്ടിയുള്ള സമരങ്ങളും പ്രക്ഷോഭങ്ങളും എന്നുള്ള നിലയിൽനിന്ന് തൊഴിലാളികൾ രാഷ്ട്രീയാധികാരം കൈവ ശപ്പെടുത്തുകയെന്ന പ്രത്യക്ഷലക്ഷ്യം വച്ചുകൊണ്ട്, സോഷ്യലിസ്റ്റ് കമ്യൂ ണിസ്റ്റ് ആശയഗതികളെ മുൻനിറുത്തി പ്രവർത്തിക്കുക എന്ന നിലയി ലേക്ക് വളരാൻ തുടങ്ങിയപ്പോഴാണ്, തൊഴിലാളിവർഗം രാഷ്ട്രീയമായ സംഘടിത ശക്തിയായിത്തീർന്നത്. 1930-കളുടെ ആദ്യപകുതി കഴിയും മുമ്പ് ഈ പ്രക്രിയ പൂർത്തിയായി.

ഇതോടൊപ്പം തന്നെ തൊഴിലാളിവർഗം ഒരു സാംസ്കാരിക ശക്തി യായും വളരാൻ തുടങ്ങി. കേരളത്തിൽ മാത്രമല്ല, അഖിലേന്ത്യാ തല ത്തിൽ മാത്രമല്ല, സാർവദേശീയമായും വിശ്വപ്രശസ്ത സാഹിത്യകാ രന്മാരായ മാക്സിം ഗോർക്കിയുടെയും ഹെന്റി ബാർബൂസയുടെയും മറ്റും

നേതൃത്വത്തിൽ, ലോകഫാസിസത്തിനെതിരായ ജനാധിപത്യശക്തിക
ളുടെ ഐക്യത്തെ ആസ്പദമാക്കിയ ഒരു സാംസ്കാരികപ്രസ്ഥാനം രൂപം
കൊള്ളുകയായിരുന്നു. അങ്ങനെ ഫാസിസ്റ്റുവിരുദ്ധ സാഹിത്യകാരന്മാ
രുടെ ഒരു ലോകസംഘടന നിലവിൽ വന്നു.

ഈ പശ്ചാത്തലത്തിൽ ഇന്ത്യയിൽ ആദ്യമായി 1936-ൽ മുൻഷി
പ്രേംചന്ദിന്റെ അധ്യക്ഷതയിൽ, ടാഗോറിന്റെയും സരോജിനി നായിഡു
വിന്റെയും മറ്റും അനുഗ്രഹാശിസുകളോടെ, 'ഇന്ത്യൻ പ്രോഗ്രസീവ്
റൈറ്റേഴ്സ് അസോസിയേഷൻ' രൂപംകൊണ്ടു. തുടർന്ന് 37-ൽ കേരള
ത്തിൽ ഒരു സമ്മേളനം കൂടുകയും 'ജീവൽ സാഹിത്യസംഘ'മെന്ന പേ
രിൽ ഒരു സംഘടന രൂപമെടുക്കുകയും ചെയ്തു. കേരളത്തിലെ തൊഴി
ലാളിവർഗം സാംസ്കാരിക രംഗത്ത് അവഗണിക്കാൻ വയ്യാത്ത ഒരു
ശക്തിയായി ഉയരുന്നതിന്റെ തുടക്കമായിരുന്നു ഇത്.

ജീവൽ സാഹിത്യസംഘമെന്ന സംഘടനയെക്കുറിച്ചൊരു വിശദീ
കരണം ഇവിടെ ആവശ്യമാണ്. അഖിലേന്ത്യാതലത്തിൽ സ്ഥാപിതമായ
'പ്രോഗ്രസീവ് റൈറ്റേഴ്സ് അസോസിയേഷ'ന് തുല്യമായി കേരളത്തിൽ
രൂപംകൊണ്ട സംഘടനക്ക് രണ്ടു ഘട്ടങ്ങളിലായി രണ്ടു പേർ ലഭിക്കുക
യുണ്ടായി. ഒന്ന് 1937-ൽ രൂപംകൊണ്ട 'ജീവിൽ സാഹിത്യസംഘം.' രണ്ടാ
മത്തേത് 1944-ൽ രൂപംകൊണ്ട 'പുരോഗമന സാഹിത്യ സംഘടന'. പേരിൽ
വ്യത്യാസമുണ്ടെങ്കിലും യഥാർഥത്തിൽ സംഘടന ഒന്നാണ്. ഒരേ പേരി
ലുള്ള അഖിലേന്ത്യാ സംഘടനയുടെ ഭാഗമായാണ് രണ്ടും പ്രവർത്തിച്ചത്.

ഇതെങ്ങനെ വന്നു എന്നു ചോദിച്ചാൽ രസകരമായ കഥയാണ്.
1937-ൽ കേരളത്തിൽ 'പ്രോഗ്രസീവ് റൈറ്റേഴ്സ് അസോസിയേഷൻ'
സ്ഥാപിക്കാൻ ഉദ്ദേശിച്ചു വിളിച്ചുകൂട്ടിയ സമ്മേളനത്തിൽ, എന്താവണം
മലയാളത്തിൽ പേർ എന്ന ചോദ്യം പൊന്തിവന്നു. പലരും പലതും പറഞ്ഞു.
അക്കൂട്ടത്തിൽ ഞാനൊരു പരുക്കൻ പേരുപറഞ്ഞു. പരുക്കനാണെന്നറി
ഞ്ഞുകൊണ്ടുതന്നെ. ഞാൻ നിർദേശിച്ച പേർ 'മുൻനോക്കി സാഹിത്യം'
ഈ പേർ കേട്ട ഉടനേ ആളുകൾ ചിരിച്ചു. അവർ അത് തിരസ്കരിക്കു
കയും ചെയ്തു. തുടർന്ന് ഇങ്ങനെയൊരഭിപ്രായം വന്നു: 'പ്രോഗ്ര
സീവി'ന്റെ അർഥം മുൻപോട്ടു പോകുന്നതെന്നാണ്. ജീവിക്കുന്നത് മുഴു
വൻ മുന്നോട്ടു പോകുന്നതായിരിക്കും. അതുകൊണ്ട് 'ജീവൽസാ
ഹിത്യ'മെന്നു മതി. എന്റെ ഓർമ്മ ശരിയാണെങ്കിൽ, വള്ളത്തോളിന്റെ
മകൻ ബാലകൃഷ്ണക്കുറുപ്പാണെന്നു തോന്നുന്നു ഈ നിർദ്ദേശമുന്ന
യിച്ചത്.

അതായത് വെറും തർജുമയുടെ പ്രശ്നമാണ് രണ്ടു സംഘടനക
ളുടെ പേരുകൾ തമ്മിലുള്ളത്. 1937-ലെ 'ജീവൽ സാഹിത്യം' പുനർജി
വിച്ചപ്പോൾ പേർ പുരോഗമന സാഹിത്യ സംഘടന എന്നായി. ഇതല്ലാതെ
വ്യത്യാസമൊന്നുമില്ല; പ്രസ്ഥാനമൊന്നുതന്നെ. തൊഴിലാളിവർഗത്തിന്റെ
തായ സ്വതന്ത്ര നിലപാട് രാഷ്ട്രീയത്തിലെന്നപോലെ സാഹിത്യത്തിലും
പ്രതിഫലിതമാവാൻ തുടങ്ങിയത് 1937-ലാണെന്ന് അർഥം. ഔപചാരി
കമായിട്ടല്ലാതെ അതിനുമുമ്പും കഥകളിലും കവിതകളിലും നാടകങ്ങ

ലിലുമെല്ലാം ചെറിയ തോതിൽ തൊഴിലാളിവർഗത്തിന്റെ സ്വാധീനം വരാൻ തുടങ്ങിയിരുന്നു. പക്ഷേ, അതിനൊന്നും സംഘടിത രൂപമുണ്ടായിരുന്നില്ല. തകഴി, ദേവ്, പൊറ്റക്കാട് മുതലായവർ കഥാനാടകാദികളിലും ചങ്ങമ്പുഴ പ്രഭൃതികൾ കവിതകളിലും പ്രകടമാക്കിയത് തൊഴിലാളി വർഗസാഹിത്യത്തിന്റെ മുന്നോടിയെന്ന നിലക്കുള്ള കലാപ പ്രവണത യാണ്. പക്ഷേ, അതിൽ ബോധപൂർവമായ തൊഴിലാളിവർഗ വീക്ഷണ മില്ലായിരുന്നു: അതിനുപകരം നിലവിലുള്ള സമൂഹത്തിനും സംസ്കാ രത്തിനുമെതിരായ ഒരു അസംഘടിത കലാപത്തിന്റെ വികാരമാണതി ലുൾക്കൊണ്ടിരുന്നത്. വർഗാടിസ്ഥാനത്തിൽ നോക്കിയാൽ പെറ്റി ബൂർഷ്വാ കലാപത്തിന്റെ പ്രതിനിധികളാണവർ.

തൊഴിലാളിവർഗം രാഷ്ട്രീയത്തിലും സാഹിത്യത്തിലും രംഗപ്ര വേശം ചെയ്യുന്നതിനു മുമ്പുതന്നെ ബൂർഷ്വാ രാഷ്ട്രീയത്തിലും സാഹി ത്യത്തിലും സംസ്കാരത്തിലുമെല്ലാം ചില മാറ്റങ്ങൾ വന്നിരുന്നു. ആശാൻ പ്രതിനിധാനം ചെയ്ത ബൂർഷ്വാ വിപ്ലവം അപൂർണതയിൽ നിന്ന് പൂർണതയിലേക്കു നീങ്ങാൻ തുടങ്ങിയെന്നും ഈ നീക്കം തൊഴി ലാളിവർഗത്തിന്റെ വളർച്ചക്കു സഹായിച്ചുവെന്നുമുള്ളതാണ് ഈ മാറ്റ ങ്ങളുടെ പ്രാധാന്യം. ആ മാറ്റങ്ങളെന്തെന്ന് ചുരുക്കത്തിൽ വിവരിക്കാം.

സാമൂഹ്യവും സാംസ്കാരികവുമായ പരിവർത്തനത്തിന്റെ കാര്യ ത്തിൽ വിപ്ലവപരമായ നിലപാടെടുത്ത ആശാൻ ദേശീയ സ്വാതന്ത്ര്യപ്ര സ്ഥാനത്തിന്റെ നേരേ എടുത്ത നിലപാട് ഇതിനുമുമ്പ് വിവരിച്ചിട്ടുണ്ട ല്ലോ. ആശാന്റെയും മറ്റും പോക്ക് ശരിയല്ലെന്ന് ടി കെ മാധവനെപ്പോലെ ചിലർക്ക് ആശാൻ ജീവിച്ചിരുന്ന കാലത്തുതന്നെ അഭിപ്രായമുണ്ടായി രുന്നു. വൈക്കം സത്യഗ്രഹം നടക്കുന്ന കാലത്ത് ജാതിക്കെതിരായ സമരം ശക്തപ്പെടുത്തുന്നതിന് കേരളത്തിലെ അവശസമുദായക്കാർ ഇന്ത്യൻ ദേശീയ പ്രസ്ഥാനത്തോട് സഹകരിക്കുകയാണ് വേണ്ടതെന്ന് മാധവൻ വാദിച്ചു. ഇത് ക്രമേണ ഒരു പ്രസ്ഥാനമായി മാറി. 1930-ൽ മല ബാറിലെ ഉപ്പുസത്യഗ്രഹം തുടങ്ങിയപ്പോൾ തീയസമുദായക്കാരുടെ ഇട യിൽ വ്യക്തമായ ഒരു ചേരിതിരിവുണ്ടായി. മിതവാദി കൃഷ്ണൻ, മൂർക്കോത്തു കുമാരൻ തുടങ്ങിയവർ മിതവാദപരമായ നിലപാടെടുത്ത പ്പോൾ കോഴിക്കോട് അച്ചുതൻ വക്കീൽ, കണ്ണൂരിലെ പോത്തേരി മാധ വൻ മുതലായവർ ഉപ്പുസത്യഗ്രഹത്തിൽ സജീവമായി പങ്കെടുത്തു.

കൊച്ചിയിലും തിരുവിതാംകൂറിലുമാണെങ്കിൽ രണ്ടു മൂന്നു വർഷ ത്തിനുശേഷം ഈഴവർ വേറെ നിൽക്കുകയല്ല, ഉത്തരവാദഭരണത്തിനു വേണ്ടി മറ്റു സമുദായങ്ങളോടു ചേർന്ന് പ്രക്ഷോഭം നടത്തുകയാണ് വേണ്ടതെന്ന അഭിപ്രായം ഉയർന്നുവന്നു. അതാണ് നിവർത്തന പ്രസ്ഥാ നവും പിന്നീട് സ്റ്റേറ്റ് കോൺഗ്രസും മറ്റുമായി വളർന്നത്.

ഈ പുതിയ രാഷ്ട്രീയ വീക്ഷണവും അവശജാതിക്കാരുടെ ഉദ്ധാ രണത്തിനുവേണ്ടി അധികൃതരോടൊട്ടി നിൽക്കുകയെന്ന (ആശാൻ പ്രതി നിധാനം ചെയ്ത) പഴയ വീക്ഷണവും അന്യോന്യം ഏറ്റുമുട്ടി. മലബാ റിൽ 1934-ലും 1937-ലും നടന്ന തെരഞ്ഞെടുപ്പുകളിൽ ഈ രണ്ടു ചിന്താ

ധാരകളും തമ്മിൽ ശക്തിയായി ഏറ്റുമുട്ടി. ജസ്റ്റിസ് പാർട്ടിയുടെയും മറ്റും നേതൃത്വത്തിൽ കോൺഗ്രസിനെതിരായി നിന്ന തീയപ്രമാണിമാർ പരാ ജയപ്പെട്ടു. അതിനുപകരം ദേശീയ സ്വാതന്ത്ര്യത്തിനുവേണ്ടി നിലകൊണ്ട അച്ചുതൻ വക്കീൽ, പോത്തേരി മാധവൻ തുടങ്ങിയവരുടെ നേതൃത്വ ത്തിൽ നിന്ന കോൺഗ്രസുകാർ വിജയിച്ചു. ആശാൻ പ്രതിനിധാനം ചെയ്ത രാഷ്ട്രീയ വീക്ഷണം കാലഹരണപ്പെടാൻ തുടങ്ങിയെന്നർത്ഥം.

ആശാൻ പ്രകടമാക്കിയ ആത്മീയതക്കും വെല്ലുവിളികളെ നേരി ടേണ്ടിവന്നു. ഇതിന്റെ ഏറ്റവും നല്ല തെളിവാണ് സഹോദരനയ്യപ്പൻ അടക്കം പലരും നേതൃത്വം നൽകി രൂപംപൂണ്ട യുക്തിവാദ പ്രസ്ഥാനം. ഇതും ആശാന്റെ ആത്മീയതയും തമ്മിൽ പൊരുത്തപ്പെടാൻ ഒരാളുടെ കണ്കെട്ടുവിദ്യകൾക്കും സാധ്യമല്ല. യഥാർത്ഥത്തിൽ ആശാൻ പ്രതി നിധാനം ചെയ്ത ബൂർഷ്വാ വിപ്ലവ പ്രസ്ഥാനത്തിന്റെ ഒരു പടികൂടി മുന്നോട്ടുള്ള പോക്കാണ് യുക്തിവാദ പ്രസ്ഥാനം.

ഇങ്ങനെ രാഷ്ട്രീയവും ദാർശനികവുമായ മേഖലകളിൽ ആശാ ന്റേതിനെതിരായ വീക്ഷണം അദ്ദേഹം പ്രതിനിധാനം ചെയ്ത അവശ ജാതിക്കാരിൽതന്നെ പ്രത്യക്ഷപ്പെട്ടപ്പോൾ ജാതിസംവിധാനത്തിന്റെ തല പ്പത്തിരുന്ന നമ്പൂതിരിമാരിൽ ആശാൻ ചൂണ്ടിക്കാണിച്ച മാർഗത്തിലൂടെ മുന്നോട്ടു പോവാനുള്ള നീക്കം തുടങ്ങി. അതുപോലെതന്നെ നായർ– ഈഴവ സമുദായങ്ങളെ മാത്രമുൾക്കൊള്ളുന്നതായിരുന്ന അവശസമു ദായസമരം, ഹരിജനങ്ങളെക്കൂടി ഉൾക്കൊണ്ട് വിപുലമായി. അതിനുമു മ്പുതന്നെ അയ്യൻകാളി, വളരെ പ്രാദേശികമായിട്ടാണെങ്കിലും അവരുടെ നേതാവായി ഉയർന്നുവന്നു. എന്നു മാത്രമല്ല, ആശാൻ *ദുരവസ്ഥയുടെ* ഒടുവിൽ ഇങ്ങനെ അഭ്യർത്ഥിച്ചിരുന്നുവല്ലൊ:

കാലം വൈകിപ്പോയി, കേവലമാചാര-
നൂലുകളെല്ലാം പഴകിപ്പോയി.
കെട്ടിനിറുത്താൻ കഴിയാത്ത ദുർബല-
പ്പെട്ട ചരടിൽ ജനത നില്ക്കാ
മാറ്റുവിൻ ചട്ടങ്ങളെ സ്വയമല്ലെങ്കിൽ
മാറ്റുമതുകളീനിങ്ങളെത്താൻ.

ഈ അഭ്യർത്ഥനയുടെ ഉള്ളടക്കം ഗ്രഹിച്ച് തലപ്പത്തിരിക്കുന്ന നമ്പൂ തിരിമാരും സാമൂഹ്യമാറ്റങ്ങളിലേക്കു നീങ്ങാൻ തുടങ്ങി. തിരുവിതാം കൂറിലും കൊച്ചിയിലും മുമ്പുതന്നെ പ്രാബല്യത്തിൽ വന്ന നായർ റെഗു ലേഷനെ തുടർന്ന് മലബാറിൽ ആദ്യമായി ഒരു നമ്പൂതിരിനിയമം നില വിൽ വന്നു. തിരുവിതാംകൂറിലും കൊച്ചിയിലും അതേവരെ നമ്പൂതിരി നിയമത്തിലില്ലാതിരുന്ന ആളോഹരി ഭാഗ വ്യവസ്ഥ മലബാർ നിയമത്തിൽ ഉണ്ടായിരുന്നു. അധികം ചെല്ലുന്നതിനുമുമ്പ് അത് കൊച്ചി തിരുവിതാം കൂർ പ്രദേശങ്ങളിലേക്കും വ്യാപിച്ചു. ഇതോടൊപ്പം തന്നെ പാസായ മല ബാർ മരുമക്കത്തായ നിയമവും മറ്റു ചില നിയമങ്ങളും കൂടി കേരള

ത്തിലങ്ങോളമിങ്ങോളം കൂട്ടുകുടുംബ വ്യവസ്ഥയാകെ തകരുന്നതിനിട യാക്കി. ജാതി-ജൻമി-നാടുവാഴി മേധാവിത്വത്തിന്റെ വേരറുക്കുന്ന ഈ നിയമനിർമ്മാണങ്ങളോടൊപ്പം നമ്പൂതിരിസ്ത്രീകളുടെ ഘോഷാബഹി ഷ്കരണം, വിധവാവിവാഹമടക്കമുള്ള വൈവാഹിക പരിഷ്കാരങ്ങൾ മുതലായ പലതും ചേർന്ന് ഏറ്റവും യാഥാസ്ഥിതികത പുലർത്തിപ്പോന്ന ഒരു ജാതിയുടെ സാമൂഹ്യ ജീവിതം അടിമുടി മാറ്റി.

ഇവിടെ പേർപറഞ്ഞ പുതിയ നീക്കങ്ങളിലോരോന്നും ബൂർഷ്വാ വിപ്ലവ പ്രസ്ഥാനത്തെ അപൂർണതയിൽനിന്ന് പൂർണതയിലേക്ക് നീക്കാൻ സഹായിക്കുന്നവയായിരുന്നു. പക്ഷേ, ബൂർഷ്വാ പരിവർത്തന ങ്ങളുടെ പരിധിയിലൊതുങ്ങി നിൽക്കുമ്പോൾതന്നെ സംഘടിത തൊഴി ലാളിവർഗ പ്രസ്ഥാനത്തിന്റെ വളർച്ചയ്ക്കും അവ സഹായിച്ചു. ആശാ ന്റേതടക്കമുള്ള മുൻതലമുറകൾ ചെയ്തതുപോലെ ബൂർഷ്വാവിപ്ലവ ത്തിന്റെ ഏതെങ്കിലുമൊരുവശം മാത്രം സ്പർശിച്ച് മറ്റുള്ളവയെ അവഗ ണിക്കുന്നതിനു പകരം സർവവശസ്പർശിയായ ഒരു ബൂർഷ്വാപരി വർത്തനം മുന്നിൽകണ്ട് അതിനുവേണ്ടി പ്രവർത്തിക്കുന്ന ഒരു പുതിയ തലമുറ ഉയർന്നുവരാൻ ഇത് സഹായിച്ചു.

ജാതിനശീകരണം, യുക്തിവാദവും ശാസ്ത്രീയവീക്ഷണവും, രാഷ്ട്രീയ സ്വാതന്ത്ര്യം മുതലായ എല്ലാ വിപ്ലവകരമായ മാറ്റങ്ങളു മുൾക്കൊള്ളുന്ന ഒരു വീക്ഷണഗതി രൂപമെടുക്കുമ്പോൾതന്നെ തൊഴി ലാളി-കർഷകാദി ജനവിഭാഗങ്ങൾ സംഘടിത സമരങ്ങളിലേർപ്പെടുക കൂടി ചെയ്യുന്നുവെന്നതാണ് ബൂർഷ്വാ വിപ്ലവ പ്രസ്ഥാനത്തിൽനിന്നു തൊഴിലാളിവർഗ വിപ്ലവ പ്രസ്ഥാനത്തിലേക്കുള്ള പരിവർത്തനത്തെ സഹായിക്കുന്ന മുഖ്യശക്തി.

ഇത് സാഹിത്യത്തിലും പ്രതിഫലിച്ചു. അതിന്റെ ഒരു രൂപമാണ് കേസരി എ ബാലകൃഷ്ണപിള്ളയുടെ നേതൃത്വത്തിൽ 1920-കളുടെ അവ സാനത്തിലും 1930-കളിലും രൂപംകൊണ്ട പുതിയ സാംസ്കാരിക പ്രസ്ഥാനം. പ്രധാനമായി സംസ്കൃതത്തിലെ ആധികാരിക ഗ്രന്ഥങ്ങളെ ആസ്പദമാക്കിയ പഴയ നിരൂപണസാഹിത്യത്തിനു പകരം പാശ്ചാത്യ മാതൃകയിലുള്ള നിരൂപണരീതി മലയാളസാഹിത്യത്തിൽ വ്യപാകമാ ക്കിയതിൽ അദ്ദേഹത്തിന് മുഖ്യമായ പങ്കുണ്ട്. വിദേശീയ സാഹിത്യ കൃതികളിൽ പലതും സ്വയം തർജുമ ചെയ്തും മറ്റുള്ളവരെക്കൊണ്ടു തർജുമ ചെയ്യിച്ചും മലയാള സാഹിത്യകാരന്മാരുടെയും വായനക്കാരു ടെയും വീക്ഷണം വിപുലമാക്കാൻ അദ്ദേഹം ശ്രമിച്ചു. എല്ലാ മേഖലക ളിലും നിലവിലുള്ള സാമൂഹ്യ സംവിധാനത്തിനെതിരായ കലാപക്കൊടി ഉയർത്താനുള്ള പ്രചോദനം യുവതലമുറക്ക് നൽകുന്നതിൽ അദ്ദേഹ ത്തിനുള്ള സ്ഥാനം അദ്വിതീയമാണ്. തകഴി, ദേവ് മുതലായവരുടെ സൃഷ്ടിപരമായ പ്രവർത്തനങ്ങളിൽ ആശയപരമായി അവർക്കു ലഭിച്ച മുഖ്യപ്രചോദനം കേസരിയിൽ നിന്നായിരുന്നു. തൊഴിലാളിവർഗ വീക്ഷ ണം സ്വയം ഉൾക്കൊണ്ടിട്ടില്ലെങ്കിലും ആ വീക്ഷണമുൾക്കൊള്ളുന്ന വർക്കും തന്റെ അനുഗ്രഹാശിസുകൾ അദ്ദേഹം നിർലോഭം നൽകി.

ഇതേപോലെ എടുത്തു പറയേണ്ട മറ്റൊരു പേരാണ് വള്ളത്തോ ളിന്റേത്. അദ്ദേഹം ഒരു മഹാകവി മാത്രമായിരുന്നു. 'വള്ളത്തോൾ സ്കൂൾ' എന്നു വിളിക്കപ്പെട്ടിരുന്ന ഒരു പ്രസ്ഥാനത്തിന്റെ അംഗീകൃത നേതാവു കൂടിയായിരുന്നു. സോദ്ദേശ്യരാഷ്ട്രീയ സാഹിത്യം ആദ്യമായി അവതരിപ്പിച്ചത് വള്ളത്തോളും അനുയായികളുമാണ്. മഹാത്മാഗാന്ധി യെയും ദേശീയ പ്രസ്ഥാനത്തെയും വാഴ്ത്തിക്കൊണ്ട് കൃതികൾ രചിച്ച വള്ളത്തോൾ മാത്രമായിരുന്നില്ല ഈ പ്രസ്ഥാനത്തിൽ. അതിൽ വള്ള ത്തോൾ ഗോപാലമേനോൻ, നാലപ്പാട്ട് നാരായണ മേനോൻ, കുറ്റിപ്പു റത്തു ഩേശവൻനായർ തുടങ്ങി ഒട്ടേറെ കവികളുൾപ്പെടും.

കവിതകൾ രചിക്കുക മാത്രമല്ല അവർ ചെയ്തത്. 1920-കളുടെ അവസാനത്തിൽ വള്ളത്തോൾ സ്കൂൾ മൂലം മലയാളത്തിനു കിട്ടിയ സംഭാവനകളിലൊന്ന് *പാവങ്ങളുടെ* തർജുമയാണ്. ലോകത്തിലെ വിപ്ല വസാഹിത്യകൃതികളിൽ പ്രധാനപ്പെട്ട ഒന്ന്, മലയാളത്തിനു കിട്ടി എന്ന തുമാത്രമല്ല, ഇതിന്റെ പ്രാധാന്യം. നാലപ്പാട്ടിന്റെ വിവർത്തനം മലയാ ളത്തെ സംബന്ധിച്ചിടത്തോളം ഒരു മഹാസംഭവം തന്നെയായിരുന്നു. കവിതയുടെ കാര്യത്തിൽ ആശാന്റെ *വീണപൂവ്* വഹിക്കുന്ന സ്ഥാന ത്തെക്കുറിച്ചു പറഞ്ഞുവല്ലോ. അതിനോടു തുല്യമെന്നു ഞാൻ പറയു ന്നില്ല, എങ്കിലും അത്രതന്നെ പ്രാധാന്യമുള്ള ഒരു മാറ്റമാണ് വിക്തർ യൂഗോവിന്റെ *ലെ മിസറബിൾ* എന്ന പുസ്തകത്തിന്റെ വിവർത്തനത്തി ലൂടെ നാലപ്പാടൻ ചെയ്തത്. മലയാള ഗദ്യശൈലിയിലാകെ മാറ്റം വരു ത്തത്തക്ക രീതിയിലാണ് ആ തർജുമ നടന്നത്.

വി ടി ഭട്ടതിരിപ്പാടിന്റെ *അടുക്കളയിൽനിന്ന് അരങ്ങത്തേക്ക്* എന്ന നാടകം സാമൂഹ്യപരിവർത്തനത്തിന്റെ കാര്യത്തിലെന്നപോലെ സാഹി ത്യത്തിലും ചരിത്രപരമായ ഒരു പങ്കു വഹിച്ചു. സാമൂഹ്യ പരിവർത്തന മെന്ന ലക്ഷ്യം വച്ചുകൊണ്ടു രചിക്കപ്പെട്ട ആ നാടകത്തിന്റെ മാതൃക പിന്നീട് പല മേഖലകളിലും പ്രയോജനപ്പെട്ടു.

ഇവിടെ പറഞ്ഞതോരോന്നും വെവ്വേറെയെടുത്തു നോക്കിയാൽ ബൂർഷ്വാ വിപ്ലവം അപൂർണതയിൽ നിന്ന് പൂർണതയിലേക്ക് നീങ്ങുന്ന തിനുള്ള ഓരോ ശ്രമമായിരുന്നു അവയെന്നു കാണാം. പക്ഷേ, അവ യെല്ലാം ചേർന്ന് തൊഴിലാളിവർഗ പ്രസ്ഥാനത്തിന്റെ വളർച്ചയെ സഹാ യിച്ചു. അതുകൊണ്ട് 'ജീവൽസാഹിത്യ'ത്തിന്റെ മുന്നോടികളാണ് ഇവ യെല്ലാം. 'ജീവൽസാഹിത്യ സംഘം' ഉടലെടുത്ത് വാശിയേറിയ വാദ പ്രതിവാദങ്ങളോടെയാണ്. സാഹിത്യത്തിന്റെ ലക്ഷ്യമെന്ത്? അല്ലെങ്കിൽ അതിനൊരു ലക്ഷ്യമുണ്ടോ? കല കലയ്ക്കു വേണ്ടിയോ, സമൂഹത്തിനു വേണ്ടിയോ? ഈ പ്രശ്നങ്ങളാണുന്നയിക്കപ്പെട്ടത്.

'കല കലയ്ക്കു വേണ്ടി' എന്ന വാദഗതിയെ രൂക്ഷമായി എതിർത്ത തൊഴിലാളിവർഗ സാഹിത്യകാരന്മാർ (ജീവൽ സാഹിത്യ സംഘം) സർവതോമുഖമായ സാമൂഹ്യ വിപ്ലവത്തിനു വേണ്ടിയാണ് തങ്ങൾ സാഹിത്യത്തെ ഉപയോഗിക്കുകയെന്നു വെട്ടിത്തുറന്നു പ്രഖ്യാപിച്ചു.

ഇത് തലയെടുപ്പുള്ള സാഹിത്യകാരന്മാരുട എതിർപ്പിനു വഴിവച്ചു

വെങ്കിൽ അത്ഭുതമില്ലല്ലോ. പക്ഷേ, എതിർപ്പുകാരിലൊരു വിഭാഗം സ്വയം സോദ്ദേശ്യ രാഷ്ട്രീയ സാഹിത്യകൃതികൾ രചിച്ചിട്ടുള്ളവരാണെന്നതു അർത്ഥഗർഭമാണ്. വള്ളത്തോൾ സ്കൂളിൽപെട്ട കുട്ടികൃഷ്ണമാരാരെ പ്പോലുള്ളവരും 'സഞ്ജയനെ'പ്പോലെ ആനുകാലിക രാഷ്ട്രീയസംഭ വങ്ങൾ വിമർശന വിധേയമാക്കിയവരും സാഹിത്യം സാമൂഹ്യ പരിവർത്ത നത്തിന് എന്ന അടിസ്ഥാനത്തിൽ പ്രവർത്തിക്കുന്ന ജീവൽ സാഹി ത്യത്തെ എതിർത്തത് സോദ്ദേശ്യ രാഷ്ട്രീയ സാഹിത്യത്തോടുള്ള എതിർപ്പുകൊണ്ടായിരിക്കില്ലെന്നതിന് തർക്കമുണ്ടോ? തങ്ങളിഷ്ടപ്പെ ടാത്ത ഒരു രാഷ്ട്രീയമാണ് ജീവൽ സാഹിത്യകാരന്മാർ അവരുടെ കൃതി കളിലൂടെ പ്രചരിപ്പിക്കുന്നതെന്നതാണ് അവരുടെ എതിർപ്പിനുള്ള യഥാർത്ഥ കാരണം. കുറച്ചുകൂടി വ്യക്തമായി പറഞ്ഞാൽ, തൊഴിലാ ളിയും കൃഷിക്കാരനും മറ്റധ്വാനിക്കുന്നവനും തങ്ങളുടെ വികാരവിചാര ങ്ങൾക്കുള്ള മാധ്യമമായി സാഹിത്യത്തെ (സംസ്കാരത്തെയാകെത്ത ന്നെ) ഉപയോഗിക്കുന്നതിലുള്ള അസഹിഷ്ണുതയാണ് 'കല കലയ്ക്കു വേണ്ടി' എന്ന 'തത്വ'ത്തിന്റെ രൂപത്തിൽ അവർ അവതരിപ്പിച്ചത്.

'കല കലയ്ക്കുവേണ്ടിയോ സാമൂഹ്യപരിവർത്തനത്തിനോ" എന്ന വാദം തന്നെ മറ്റൊരു രൂപത്തിൽ പിന്നീട് ആവർത്തിച്ചു. 1948 മുതൽക്കു ള്ള കാലത്തെ 'രൂപഭദ്രതാവാദ'മാണിവിടെ സൂചിപ്പിക്കുന്നത്. ഒരർത്ഥ ത്തിൽ, ഇതൊരു നിഴൽ യുദ്ധമായിരുന്നു. ഇതുകേട്ടാൽ തോന്നുക തൊഴി ലാളിവർഗസാഹിത്യത്തിന് ഉള്ളടക്കം നന്നായാൽ മാത്രം മതി രൂപം എന്തായാലും വിരോധമില്ല, എന്നല്ലേ? ഇതു ശരിയല്ലെന്നു മനസിലാ ക്കാൻ സാമാന്യ മനുഷ്യബുദ്ധി മാത്രം മതി.

തൊഴിലാളിവർഗസാഹിത്യം രചിക്കുന്നവർ രാഷ്ട്രീയക്കാരാണ ല്ലോ. അവരുടെ ലക്ഷ്യം പ്രചാരണമാണ്. പ്രചാരണം ഫലപ്രദമാവണ മെങ്കിൽ പ്രചരിപ്പിക്കുന്ന കാര്യങ്ങൾ ആളുകളുടെ ഉള്ളിൽ തട്ടണം. 'രൂപം ഭദ്ര'മാവാതെ ഇത് സാധ്യമല്ലല്ലോ. അപ്പോൾ പുരോഗമനപരമായ ഉള്ള ടക്കം സുന്ദരമായിട്ടുവേണം അവതരിപ്പിക്കാനെന്ന് മനസ്സിലാകത്തക്ക സാമാന്യബുദ്ധി രാഷ്ട്രീയക്കാർക്കില്ലാതിരിക്കുമോ? പതിനായിരക്കണ ക്കിനാളുകളുമായി ദിവസംതോറും ഇടപെട്ട് അവരുടെ ഹൃദയവികാര ങ്ങളറിഞ്ഞ് അതിനൊത്ത് പ്രചാരം നടത്തുന്നവരല്ലേ രാഷ്ട്രീയക്കാർ?

കവിതയുടെയും കഥയുടെയും കാര്യമിവിടെ നിൽക്കട്ടെ. രാഷ്ട്രീയ ലേഖനങ്ങളെഴുതുക, മൈതാനപ്രസംഗങ്ങൾ നടത്തുക മുതലായതും ജനഹൃദയങ്ങളിൽ പതിയുന്ന രീതിയിലാവണം. അതുപോലെ കവിക്കും കഥാകാരനും നോവലിസ്റ്റിനുമെല്ലാം താന്താങ്ങളുടെ ഉള്ളിലുള്ള ആശയം നന്നാവുന്നതോടൊപ്പം അത് ഉള്ളിൽ തട്ടുമാറ് അവതരിപ്പിക്കണമെന്ന നിർബന്ധം ഉണ്ടാവുമല്ലോ.

1937-ൽ 'ജീവൽ സാഹിത്യസംഘം' രൂപംകൊണ്ടു. അതിനെക്കു റിച്ച് വാദപ്രതിവാദം നടന്നുകൊണ്ടിരുന്നപ്പോൾ ഇടപെട്ടുകൊണ്ട് 1937 ജൂലായ് 10-ാം തീയതിയിലെ *മാതൃഭൂമി* ആഴ്ചപതിപ്പിൽ പ്രസിദ്ധീക രിച്ച എന്റെ ലേഖനത്തിൽ നിന്ന് പ്രസക്തഭാഗം ഇവിടെ ഉദ്ധരിക്കട്ടെ.

"ചുറ്റുപാടുകളിൽ നിന്ന് വിട്ടുനിന്ന് പരിശുദ്ധമായ കലയെ ആരാ
ധിക്കുന്നുവെന്നതല്ല ജീവൽ സാഹിത്യകാരനു മറ്റുള്ളവരുടെ മേലുള്ള
പരാതി; യാഥാസ്ഥിതികമായ ചുറ്റുപാടുകളെ പ്രതിബിംബിപ്പിക്കുകയയും
പ്രോത്സാഹിപ്പിക്കുകയും ചെയ്യുന്നു എന്നതാണ്. താൻ കലയ്ക്കു വേണ്ടി
യാണ് കലാനിർമ്മാണം ചെയ്യുന്നതെന്ന് ഒരു മഹാകവി പറയുകയാ
ണെങ്കിൽ, അയാൾ ഒന്നുകിൽ സ്വയം തെറ്റിദ്ധിരിച്ചിരിക്കുന്നു, അല്ലെ
ങ്കിൽ മറ്റുള്ളവരെ തെറ്റിദ്ധിരിപ്പിക്കാൻ ശ്രമിക്കുന്നു. കാരണം, തന്റെ പരി
പൂർണമായ വ്യക്തിത്വത്തെ സ്വച്ഛന്ദം ആവിഷ്കരിക്കുമ്പോൾ – അതാണ്
ഓരോ കലാകാരനും ചെയ്യുന്നത് – അയാളുടെ പരിസരം അയാളുടെ
ഹൃദയത്തിൽ ഉണ്ടാക്കിയ ചലനങ്ങൾ അതിൽ പ്രതിഫലിക്കാതെ നിവൃ
ത്തിയില്ല. പരിസരങ്ങളിൽ നിന്നകന്നുനിന്നു ജീവിക്കുക എന്നതുപോലെ
അസംബന്ധവും അസംഭാവ്യവുമാണത്. കലയിലൂടെ ആവിഷ്കരിക്ക
പ്പെടുന്ന പരിസരം കലാകാരന്റെ മനോഭാവമനുസരിച്ച് യാഥാസ്ഥിതി
കമോ പുരോഗമനപരമോ ആകാം. ഒരേ പരിസരം തന്നെ രണ്ടു വിശിഷ്ട
കലാകാരന്മാരിൽ രണ്ടുതരത്തിൽ പ്രതിബിംബിക്കുന്നു; അങ്ങനെ അത്
രണ്ടു തരത്തിൽ കലാരൂപേണ പ്രത്യക്ഷപ്പെടുന്നു. രണ്ടിലും സൗന്ദര്യ
ബോധം നിറഞ്ഞു വഴിയുന്നുണ്ടാകും. പക്ഷേ, ഒരാൾ യാഥാസ്ഥിതിക
ത്വത്തെയും മറ്റേയാൾ പരിവർത്തനത്തെയും പ്രോത്സാഹിപ്പിക്കുന്നു
ണ്ടാകും.

അതുകൊണ്ട് സൗന്ദര്യബോധമല്ല യാഥാസ്ഥിതിക സാഹിത്യ
ത്തെയും ജീവൽ സാഹിത്യത്തെയും വേർതിരിക്കുന്നത്. മഹത്തായ
കലാസൗന്ദര്യമുള്ള കൃതികൾ ജീവൽ സാഹിത്യത്തിലുണ്ടാകാം, മറ്റു
സാഹിത്യത്തിലുമുണ്ടാകാം. പുരോഗമനപരമായ ശക്തികളുടെ പ്രാതി
നിധ്യം വഹിച്ചുകൊണ്ടു മുന്നോട്ടുവന്നാൽ ഏറ്റവും സുന്ദരമായ കവി
തയും ജീവൽസാഹിത്യമായി. യാഥാസ്ഥിതിക ശക്തികളെ പ്രതിനിധീ
കരിക്കുന്നത് എത്ര പരുക്കനായാലും, ജീവൽ സാഹിത്യമാവുകയില്ല.
പരുക്കൻ മട്ടല്ല, പുരോഗതിയുടെ ആവേശജനകമായ സന്ദേശമാണ്
ജീവൽ സാഹിത്യത്തിന്റെ ജീവൻ".

ഞാൻ ആ ലേഖനത്തിൽ ഇതുകൂടി കൂട്ടിച്ചേർത്തു: പുരോഗമന
ത്തിനുവേണ്ടി സൗന്ദര്യബോധത്തെ തിരസ്കരിക്കണമെന്നല്ല ജീവൽ
സാഹിത്യകാരൻ പറയുന്നത്; കലാപരമായ സൗന്ദര്യത്തെ അയാൾ
അനാദരിക്കുന്നുമില്ല. എന്നാൽ, സൗന്ദര്യത്തിന്റെ പേരിൽ യാഥാസ്ഥിതി
കത്വത്തെ ആരാധിക്കരുതെന്ന് അയാൾ നിഷ്കർഷിക്കും. എത്ര സുന്ദര
മായതാണെങ്കിലും പഴമ പുരണ്ട കലയെ അയാൾ എതിർക്കുക തന്നെ
ചെയ്യും. ലോകത്തെ പിറകോട്ടു നയിക്കുന്ന സാഹിത്യത്തോട് അയാൾക്ക്
യാതൊരു ദയയുമില്ല. വളർന്നു വരുന്ന മനുഷ്യന്റെ ആശയാഗ്രഹങ്ങളെ
പ്രതിനിധീകരിക്കുന്ന സാഹിത്യത്തിന്റെ നേരെ 'സാഹിത്യം സാഹിത്യ
ത്തിനു വേണ്ടി' എന്ന വാദം വലിച്ചെറിയുന്നവരോട് അയാൾക്കു ബഹു
മാനമില്ല.

ഇങ്ങനെ, പുരോഗമനപരമായ ഉള്ളടക്കത്തിൽ ഊന്നി നിന്നു

കൊണ്ടും ഏറ്റവും പുരോഗമനപരമായ സാമൂഹ്യ ശക്തി തൊഴിലാളി വർഗമാണെന്ന വീക്ഷണമനുസരിച്ചും പ്രവർത്തിക്കുന്ന ജീവൽ സാഹിത്യ പ്രസ്ഥാനത്തോട് യാഥാസ്ഥിതിക സാഹിത്യകാരന്മാർക്ക് എതിർപ്പുണ്ടായതിൽ അത്ഭുതമില്ല. പക്ഷേ, തൊഴിലാളി വർഗത്തിന്, അതിന്റെ സൃഷ്ടിയായ സോഷ്യലിസ്റ്റ് - കമ്യൂണിസ്റ്റ് പ്രസ്ഥാനങ്ങൾക്ക്, ആഗോളാടിസ്ഥാനത്തിലുണ്ടായ മുന്നേറ്റം - രണ്ടാം ലോകമഹായുദ്ധവും സോവിയറ്റ് യൂണിയന്റെ അലയടിയും - മറ്റിടങ്ങളിലെന്നപോലെ നമ്മുടെ നാട്ടിലും വമ്പിച്ച ചലനങ്ങൾ ഉണ്ടാക്കി. ലബ്ധപ്രതിഷ്ഠരായ സാഹി ത്യകാരന്മാരിൽ ഒരു വിഭാഗം - ജീവൽ സാഹിത്യപ്രസ്ഥാനം ഉടലെടു ത്തപ്പോൾ അതിൽ നിന്ന് ഒഴിഞ്ഞു നിന്നവർ - പ്രസ്ഥാനത്തോട് അടു ക്കാൻ തുടങ്ങി. അങ്ങനെയാണ് 1939-40 ഓടുകൂടി പ്രവർത്തനം നിലച്ച ജീവൽ സാഹിത്യ പ്രസ്ഥാനം 1944-ൽ "പുരോഗമന സാഹിത്യ സംഘ ടന" എന്ന പുതിയ പേരിൽ പുനർജ്ജനിച്ചത്. ഈ ഘട്ടത്തിലാകട്ടെ, സാഹിത്യനിർമ്മാണം സോദ്ദേശ്യമായിരിക്കണമെന്ന് തലമുതിർന്ന സാഹിത്യകാരന്മാരടങ്ങുന്ന പുതിയ സംഘടന ആധികാരികമായി പ്രഖ്യാപിക്കുകയും ചെയ്തു.

പക്ഷേ, യുദ്ധമവസാനിക്കുകയും ഇന്ത്യയിൽ ഭരണമാറ്റം നടക്കു കയും ചെയ്തപ്പോൾ, പുതിയ പരിതസ്ഥിതിയെ വിലയിരുത്തുന്നതിൽ പുരോഗമന സാഹിത്യപ്രസ്ഥാനത്തിലെ കമ്യൂണിസ്റ്റുകാരും അല്ലാത്ത വരും തമ്മിൽ അഭിപ്രായ ഭേദങ്ങളുണ്ടായി. അത് മൂർഛിച്ച് സംഘടന ര ണ്ടായി പിളർന്നു - പഴയ 'പ്രാസവാദം'. പിന്നീട് "കല കലയ്ക്കുവേ ണ്ടിയോ സാമൂഹ്യ പരിവർത്തനത്തിനു വേണ്ടിയോ" എന്ന തർക്കം. എന്നിവയെപ്പോലെ പുതിയൊരു വിവാദം സാഹിത്യലോകത്തിൽ (പു രോഗമന സാഹിത്യകാരന്മാർക്കിടയിൽ?) ഉയർന്നുവന്നു. പിന്നീട് പ്രസി ദ്ധമായിത്തീർന്ന 'രൂപഭദ്രതാവാദ'മാണിത്.

ഈ വാദമുന്നയിച്ച കമ്യൂണിസ്റ്റിതര സാഹിത്യകാരന്മാർ സാഹി ത്യത്തിന്റെ ഉള്ളടക്കം പുരോഗമനപരമാവണമെന്നതുപോലെതന്നെ അതിന്റെ രൂപം ഭദ്രമാവണമെന്നു കൂടി വാദിച്ചുവെന്നാണ് പറയപ്പെടു ന്നത്. ഈ വാദം കേട്ടാൽ പുരോഗമനപ്രസ്ഥാനത്തിന്റെ ചേരിയിലണി നിരന്ന കമ്യൂണിസ്റ്റുകാർ രൂപം ഭദ്രമാവേണ്ടതില്ലെന്ന് വാദിച്ചുവെന്നു തോന്നും. വാശിയേറിയ വാദവിവാദത്തിനിടക്ക് കടന്നുവന്ന ചില പരാ മർശങ്ങൾ ആ അർത്ഥം ധനിപ്പിച്ചിട്ടുമുണ്ടാവാം. പക്ഷേ, 1944 മുതൽ 1948 വരെ ഒരേ സംഘടനയിൽ നിന്നു പ്രവർത്തിച്ച കമ്യൂണിസ്റ്റുകാരും കമ്യൂണിസ്റ്റിതരരുമായ സാഹിത്യകാരന്മാർ തമ്മിൽ 1948-ൽ ഭിന്നിപ്പു ണ്ടാവാനുള്ള കാരണമതല്ല. പുരോഗമനത്തെ സംബന്ധിച്ചിടത്തോളം, അത് പ്രതിഫലിപ്പിക്കുന്ന സാഹിത്യത്തിന്റെ ഉള്ളടക്കത്തെ സംബന്ധി ച്ചിടത്തോളം, 1944-ൽ ഒരേ ധാരണയുണ്ടായിരുന്ന രണ്ടു വിഭാഗക്കാർ 1948-ലെ രാഷ്ട്രീയ മാറ്റങ്ങളെ വിഭിന്ന രീതിയിൽ കാണാൻ തുടങ്ങി യെന്നതാണ് സത്യം.

അതായത്, രണ്ടുവിഭാഗം സാഹിത്യകാരന്മാർ രണ്ട് വ്യത്യസ്ത

രാഷ്ട്രീയ സമീപനങ്ങൾ അംഗീകരിച്ചപ്പോൾ അവർ തമ്മിലുള്ള വിവാദം സാഹിത്യത്തിന്റെ രൂപം സംബന്ധിച്ചുള്ളതായി മാറി.

'രൂപഭദ്രത'യെന്ന പൊതു പ്രയോഗത്തിന്റെ കൂടെ ഉയർന്നുവന്ന ചില വാദഗതികൾ ഇവിടെ എടുത്തു പറയുന്നത് സഹായകരമായിരിക്കും. കമ്യൂണിസ്റ്റുകാരുടെ 'പട്ടാളച്ചിട്ട' 'ഊതിവീർപ്പിച്ച രാഷ്ട്രീയം' മുതലായ പദപ്രയോഗങ്ങളാണ് ഇവിടെ സൂചിപ്പിക്കുന്നത്.

1944-48 കാലത്ത് കമ്യൂണിസ്റ്റുകാർക്കില്ലാതിരുന്ന പുതിയ ചില സ്വഭാവങ്ങൾ പെട്ടെന്ന് 1948-ൽ ഉണ്ടായെന്നാണല്ലോ ഇതിനർത്ഥം. അത് ശരിയല്ലെന്നു വ്യക്തമാണ്. അന്നത്തെ കമ്യൂണിസ്റ്റ് 'പട്ടാളച്ചിട്ട'യും അന്നത്തെ 'ഊതിവിർപ്പിച്ച രാഷ്ട്രീയവും' കമ്യൂണിസ്റ്റിതര സാഹിത്യകാരന്മാർക്ക് അരോചകമായിരുന്നില്ല. ഇപ്പോൾ അത് അരോചകമായി എന്നു മാത്രമേ ഉള്ളൂ.

ഇതിനുള്ള കാരണമാകട്ടെ, കമ്യൂണിസ്റ്റിതര സാഹിത്യകാരന്മാർക്ക് യുദ്ധകാലത്തെ രാഷ്ട്രീയ സ്ഥിതിഗതികൾ വിലയിരുത്തുന്നതിൽ കമ്യൂണിസ്റ്റുകാരുമായി യോജിക്കാൻ കഴിഞ്ഞു. യുദ്ധാനന്തര വർഷങ്ങളിൽ അവർ തമ്മിൽ വിയോജിപ്പുണ്ടായി, എന്നതാണു താനും.

ഈ ഘട്ടത്തിൽ കമ്യൂണിസ്റ്റുകാർ അംഗീകരിച്ച സമീപനത്തിൽ യാതൊരു തെറ്റുമില്ലെന്നല്ല ഈ പറഞ്ഞതിനർത്ഥം. തീർച്ചയായും തെറ്റുണ്ടായിരുന്നു. പക്ഷേ, 'രൂപഭദ്രത'യെ നിഷേധിച്ചതല്ല, പുതിയ രാഷ്ട്രീയ പരിതഃസ്ഥിതി വിലയിരുത്തുന്നതിലും അതനുസരിച്ച് യോജിക്കാവുന്ന വരെയെല്ലാം യോജിപ്പിച്ചു നിർത്തുന്നതിലും 'ഇടതുപക്ഷ സെക്ടേറിയൻ' പാളിച്ച പറ്റിയെന്നതാണ് കമ്യൂണിസ്റ്റുകാരുടെ തെറ്റ്.

1948 മുതൽ 1950-51 വരെയുള്ള കാലത്ത് കമ്യൂണിസ്റ്റ് പാർട്ടി തുടർന്നുവന്ന 'ഇടതുപക്ഷ സെക്ടേറിയൻ' നയം വിമർശനപരമായി പിന്നീട് പാർട്ടി പരിശോധിച്ചു. അതിന്റെ ഭാഗമായി പുരോഗമന സാഹിത്യ പ്രസ്ഥാനത്തിലെ കമ്യൂണിസ്റ്റിതരരോടുള്ള സമീപനത്തിലും തെറ്റുപറ്റിയിട്ടുണ്ടെന്നു മനസിലാക്കി, ആ തെറ്റ് തിരുത്തുകയും ചെയ്തു.

'രൂപഭദ്രതാവാദ'ത്തിന്റെ കാലത്ത് ഞങ്ങൾക്കെതിരായി നിന്ന ആളാണ് കേശവദേവ്. അന്നു ഞാനെഴുതിയ ലേഖനങ്ങളിൽ പലതും അദ്ദേഹത്തെ ഖണ്ഡിക്കുവാൻ വേണ്ടിക്കൂടി എഴുതിയിട്ടുള്ളതാണ്. ആ കേശവദേവ് ഇന്നെന്തു പറയുന്നു? അദ്ദേഹം കേരള സർവകലാശാലയുടെ ആഭിമുഖ്യത്തിൽ നടത്തിയ ഒരു പ്രഭാഷണമുണ്ട്. അതിലദ്ദേഹം പറയുന്നു: "ഞാനാവർത്തിച്ചുറപ്പിച്ചു പറയുന്നു, സാഹിത്യസൃഷ്ടി സമൂഹത്തിനു വേണ്ടിയാണ്. സമൂഹത്തിനുവേണ്ടി സാഹിത്യസൃഷ്ടി നടത്തുമ്പോൾ സമൂഹത്തോടുള്ള ഉത്തരവാദിത്വത്തെക്കുറിച്ച് സാഹിത്യകാരൻ ബോധവാനായിരിക്കണം." അപ്പോഴൊരു ചോദ്യം, സാഹിത്യം പ്രചാരണമാണോ? അദ്ദേഹത്തിന്റെ ഉത്തരം, "സാഹിത്യം പ്രചാരണമല്ലാതെ മറ്റൊന്നുമല്ല."

ഇതേ ദേവാണ് 1948-ൽ ഞങ്ങൾ സാഹിത്യത്തെപ്പറ്റി ഇതേ അഭിപ്രായം പറഞ്ഞപ്പോൾ ഇത് 'കമ്യൂണിസ്റ്റുകാരുടെ പട്ടാളച്ചിട്ട'യാണ് എന്നു

പറഞ്ഞത്. രാഷ്ട്രീയ മാറ്റങ്ങൾ എല്ലായ്പോഴും ദേവിന്റെ സാഹിത്യവീ ക്ഷണത്തിൽ പ്രതിഫലിച്ചിട്ടുണ്ട്.

ആദ്യം കോൺഗ്രസ് സോഷ്യലിസ്റ്റ് പാർട്ടി രൂപം കൊണ്ടപ്പോൾ ദേവ് ഞങ്ങളുടെ കൂടെയായിരുന്നു. നേരത്തെ പറഞ്ഞതുപോലെ, ബൂർഷ്വാവിപ്ലവം പൂർണതയിലെത്തിച്ച് തൊഴിലാളിവർഗ സംസ്കാരം പടുത്തുയർത്തുന്നതിന് അടിസ്ഥാനമിടുന്നതിൽ ദേവിന്റെ സാഹിത്യം വലിയൊരു പങ്കുവഹിച്ചു. അന്ന് ഞങ്ങൾ ഒരേ ചേരിയിലായിരുന്നു. ദേവ് 1947 വരെ ആ നിലപാടിൽത്തന്നെ തുടർന്നു. പക്ഷേ 1947 ആഗസ്റ്റ് 15-നെ തുടർന്ന് ഇന്ത്യയിലാകമാനം വന്ന രാഷ്ട്രീയമാറ്റം വിലയിരുത്തുന്നതിൽ ഞങ്ങൾ തമ്മിൽ തെറ്റി. അതാണ് ഞങ്ങൾ തമ്മിലുണ്ടായ വാശിയേ റിയ വാദപ്രതിവാദങ്ങൾക്കു കാരണം. പക്ഷേ, ഇപ്പോൾ ദേവ് എവിടെ നിൽക്കുന്നു? "സാഹിത്യം പ്രചാരണമല്ലാതെ മറ്റൊന്നുമല്ല. സംസാരി ക്കുന്നതും എഴുതുന്നതും ചിത്രം വരയ്ക്കുന്നതുമെല്ലാം പ്രചാരണമാ ണ്. വികാരങ്ങളും വിചാരങ്ങളും കൈമാറുന്നത് പ്രചാരണമല്ലാതെ മറ്റെ ന്താണ്?" പ്രചാരണം ചെയ്യാതിരിക്കുക എന്നു പറഞ്ഞാൽ മിണ്ടാതെ യുമനങ്ങാതെയുമിരിക്കുക എന്നാണർത്ഥം."

അപ്പോൾ 1948 കാലത്തെ വാദപ്രതിവാദത്തെ നമുക്കിങ്ങനെ വില യിരുത്താം: ഇന്ത്യൻ സ്വാതന്ത്ര്യസമരത്തിനു വേണ്ടി ഒരു ഘട്ടത്തിൽ ഒരുമിച്ചു നിന്നിരുന്നവർ, വീണ്ടും ഇതാ അവർ ഒരു ചേരിയിലേക്കു വന്നു കൊണ്ടിരിക്കുകയാണ്.

ഇതൊരു രാഷ്ട്രീയ വിലയിരുത്തലാണെന്ന ആക്ഷേപമുണ്ടാവാം. അതിനുള്ള മറുപടി രാഷ്ട്രീയത്തിന്റെ പശ്ചാത്തലമില്ലാതെ സാഹിത്യ മില്ലെന്നാണ്. ഒരു വശത്ത് സ്വേച്ഛാധിപത്യവാഴ്ച പുനഃസ്ഥാപിക്കാനും മറുവശത്ത് ഹിന്ദുരാഷ്ട്രം പടുത്തുയർത്താനുമുള്ള നീക്കം കണ്ട് വെറു തെയിരിക്കാൻ നമുക്കു കഴിയുകയില്ല. ഇക്കഴിഞ്ഞ പല ദശാബ്ദങ്ങളായി വളർന്നുകൊണ്ടിരിക്കുന്ന ഇന്ത്യൻ ജനതയെ രണ്ടുമൂന്നു സഹസ്രാബ്ദ ങ്ങൾ പുറകോട്ടു നയിക്കാനാണ് 'ഹിന്ദുരാഷ്ട്ര'വാദക്കാർ ശ്രമിക്കുന്ന ത്. അതിനും ജനാധിപത്യ സംവിധാനം തകർത്ത് സ്വേച്ഛാധിപത്യം പുനഃ സ്ഥാപിക്കുന്നതിനുള്ള ശ്രമത്തിനും എതിരായ സമരത്തെ വിജയപര്യ വസായി ആക്കാനുള്ള കടമ സാഹിത്യകാരടക്കം നമുക്കെല്ലാവർക്കുമു ണ്ടെന്നതാണ് സത്യം.

കേശവദേവിന്റെ പ്രഭാഷണത്തിൽനിന്ന് ഒരു ഭാഗംകൂടെ ഉദ്ധ രിക്കാം: "എന്റെ തലമുറയിലെ എഴുത്തുകാരുടെ കാലം വന്നപ്പോൾ, അന്തരീക്ഷം മാറി. രാഷ്ട്രീയ – സാംസ്കാരിക രംഗങ്ങളിൽ ഒരു കൊടു ങ്കാറ്റടിക്കാൻ തുടങ്ങി. ഇന്ത്യയെ ഭരിച്ചുകൊണ്ടിരുന്ന ബ്രിട്ടീഷ് സാമ്രാ ജ്യത്തിന്റെ അടിത്തറ ഇളകി. മനുഷ്യനെ മനുഷ്യനല്ലാതാക്കിക്കൊണ്ടി രിക്കുന്ന ജാതിവ്യവസ്ഥയും അയിത്തവും തീണ്ടലും തീർന്നു. റഷ്യൻ വിപ്ലവത്തിന്റെ സന്ദേശം ഇന്ത്യയിലലയടിച്ചു. ഈ പരിവർത്തനത്തിന്റെ പങ്കാളികളായിരുന്നു എന്റെ തലമുറയിലെ എഴുത്തുകാർ. ഞങ്ങൾ കണ്ടതും കേട്ടതും അനുഭവിച്ചതുമെല്ലാം അതിവേഗം മാറിക്കൊണ്ടിരി

ക്കുന്നതായിരുന്നു. ആ പരിവർത്തനത്തിനനുകൂലമായ ജീവിത വീക്ഷ ണമാണ് ഞങ്ങൾക്കുണ്ടായിരുന്നത്. അതുകൊണ്ട് ഞങ്ങളുടെ കഥകൾ സി വിയുടെയും ചന്തുമേനോന്റെയും കഥകളിൽ നിന്നു വ്യത്യസ്തമാ യിരുന്നു. "സി വിയെയും ചന്തുമേനോനെയും കുറിച്ചദ്ദേഹം പറയുന്നു, "ഞങ്ങൾക്കു മാതൃകയായത് സി വിയല്ല, ചന്തുമേനോനാണ്." എങ്കി ലും, അവർ ചന്തുമേനോനിൽ നിന്നുപോലും വ്യത്യസ്തരായിരുന്നു. അങ്ങനെ മാറിക്കൊണ്ടിരുന്ന, മുന്നേറിക്കൊണ്ടിരുന്ന, സാമൂഹികപരി വർത്തനത്തിന്റെ സൃഷ്ടികളാണ്, ഞങ്ങൾ. അവരും ഞങ്ങളും മറ്റു പുരോഗമന സാഹിത്യകാരന്മാരും എല്ലാമൊരുമിച്ചുകൊണ്ട്, മുന്നോുന്ന തിനുള്ള സാഹചര്യം ഇതായിരുന്നു.

ഇതവസാനിപ്പിക്കുന്നതിനുമുമ്പ് എനിക്ക് വളരെ ശക്തിയായി തോന്നുന്ന ഒരു കാര്യം പരാമർശിക്കേണ്ടിയിരിക്കുന്നു. 'രൂപഭദ്രത' എന്നു പറയുമ്പോൾ വിവക്ഷിക്കുന്ന 'രൂപം' സാഹിത്യരചനയുടെ ശിൽപ്പമാ ണല്ലോ. അതിന്റെ കാര്യത്തിൽ, ഇന്നയിന്ന നിയമമനുസരിച്ച് പ്രവർത്തി ക്കണമെന്നുള്ള നിർബന്ധമാണ്, 'രൂപഭദ്രതാ'വാദത്തിന്റെ പിന്നിലുള്ള തെങ്കിൽ അതിനോട് യോജിക്കാൻ എനിക്കു നിവൃത്തിയില്ല. സമൂഹം മാറുന്നതോടൊപ്പം, സമൂഹത്തിലെ ജനതയുടെ ജീവിതവീക്ഷണം മാറു ന്നതോടൊപ്പം, അതിന്റെ ഭാഗമായ സാഹിത്യരചനയുടെ ഉള്ളടക്കവും രചനാശിൽപവും, രണ്ടും മാറും; മാറാതിരിക്കാൻ നിവൃത്തിയില്ല. ഉള്ളട ക്കത്തിൽ മാത്രമല്ല മാറ്റമെന്നതിന്റെ ഒരു ഉദാഹരണം പഴയ പ്രാസവാദം തന്നെ. തുടർന്ന് എന്തെല്ലാം മാറ്റങ്ങൾ വന്നു? കവിതാ – കഥാദികളുടെ രചനാശിൽപ്പത്തിൽ എന്തു മാറ്റം വന്നു? അനങ്ങാതിരിക്കുന്ന, ശാശ്വത മായ കവിതാരൂപം, സാഹിത്യ സങ്കൽപം – ഇതാണ് 'രൂപഭദ്രതാ'വാദ ത്തിന്റെ അടിയിലുള്ളതെന്നു തോന്നുന്നു. ഇതു ശരിയാണെങ്കിൽ, ക്ലാസി ക്കൽ, റൊമാന്റിക്, റിയലിസ്റ്റ് മുതലായ പേരുകളിലറിയപ്പെടുന്ന പ്രസ്ഥാ നങ്ങളുണ്ടാകുമായിരുന്നില്ല. വാല്മീകിയുടെയും ഹോമറുടെയും കാലത്തെ ഇതിഹാസകൃതികൾ, കാളിദാസാദികളുടെ കാവ്യനാടകാദി കൃതികൾ, ആധുനിക കാവ്യങ്ങളും നോവലുകളും – ഇതൊക്കെ രൂപം കൊള്ളുമായിരുന്നില്ല. രചനാശിൽപമെന്താവണമെന്ന കാര്യം ശിൽപകാ രന് വിട്ടുകൊടുക്കുകയേ നമുക്ക് ഗതിയുള്ളൂ. ഇതിനു പകരം പഴയ പണ്ഡിതന്മാരും വൈയാകരണന്മാരും ചെയ്തതുപോലെ, സാഹിത്യ രൂപം സംബന്ധിച്ച് ചില ശാശ്വതനിയമങ്ങൾ ഉണ്ടെന്ന ധാരണ വച്ചു കൊണ്ടല്ലേ 'രൂപഭദ്രതാ'വാദക്കാർ പ്രശ്നത്തെ സമീപിച്ചത്?

എന്നാൽ 'രൂപഭദ്രതാ'വാദക്കാർ ശ്രദ്ധിക്കാത്തതും എനിക്കു വളരെ ശക്തിയായ അഭിപ്രായമുള്ളതുമായ ഒരു കാര്യം ഇവിടെ ചൂണ്ടിക്കാണി ക്കട്ടെ. സാഹിത്യത്തിന്റെ രൂപം പരാമർശിക്കുമ്പോൾ പ്രധാനമാണ് ഭാഷ യുടെ രൂപം, വ്യാകരണം, അക്ഷരവ്യവസ്ഥ മുതലായവ. ഇവയുടെ കാര്യ ത്തിൽ 'രൂപഭദ്രതാ'വാദക്കാർ ഒന്നും പറഞ്ഞതായി ഞാൻ കാണുന്നില്ല. പക്ഷേ, ഇന്നുപയോഗിക്കുന്ന ഭാഷയെക്കുറിച്ചാലോചിക്കുമ്പോൾ ദുഃഖം തോന്നുന്നു. വ്യാകരണ നിയമങ്ങൾ മാറാത്തതാണെന്നു ഞാൻ വാദി

ക്കുന്നില്ല. മറ്റെല്ലാറ്റിലുമെന്നപോലെ വ്യാകരണ നിയമങ്ങളിലും മാറ്റം വരും, വരണം. പക്ഷേ, മലയാളം സംസാരിക്കുന്നതും എഴുതുന്നതും മലയാളികൾക്കു മനസിലാവാനല്ലേ? അങ്ങനെയാണോ ഇന്നു നടക്കുന്നത്? നേരമറിച്ച്, നമ്മുടെ ഭാഷയിൽ ഇംഗ്ലീഷിനോടുള്ള വിധേയത്വം വർധിക്കുകയയല്ലേ?

ചെറിയൊരു ഉദാഹരണം പറയാം. ഇപ്പോൾ ആളുകളെല്ലാം പേരുകൾക്ക് ഇംഗ്ലീഷിലെ ആദ്യാക്ഷരങ്ങളാണ് നൽകുന്നത്. സംഘടനകളാകട്ടെ, ഇംഗ്ലീഷിലെ 26 അക്ഷരങ്ങൾ കൂട്ടിക്കുഴച്ച് എന്തെല്ലാം പേരുകളാണുണ്ടാക്കി വച്ചിട്ടുള്ളത്? കേട്ടാൽ ഭയം തോന്നും.

ആശാനെക്കുറിച്ചു പറയുന്ന അവസരത്തിൽ ആശാൻ തന്റെ സംഘടനക്ക് (എന്റെ ഓർമ്മ ശരിയാണെങ്കിൽ, *തീയക്കുട്ടിയുടെ വിചാരത്തിൽ*) നൽകിയ പേര് "ശ്രീ - നാധപാഖ്യ കലരുന്ന മഹാർഹയോഗം" എന്നാണ്. അതെങ്ങനെ എസ് എൻ ഡി പി ആയി എന്നറിയില്ല. 'ശ്രീ - നാധപ'ക്ക് എന്താണൊരു കുറവ്? മറ്റു പല ഭാഷകളിലും ഞാൻ കേട്ടിട്ടുണ്ട്. ഹിന്ദി പ്രദേശങ്ങളിൽ 'ബി എൽ ഡി' എന്നു നാം വിളിക്കുന്ന പാർട്ടിക്ക് 'ഭാലോദ' എന്നാണ് പേര്. തമിഴ്നാട്ടിലെ ഡി എം കെയ്ക്ക് അവർ പറയുന്നത് 'തി-മു-ക' എന്നാണ്. നമുക്കെന്താ ഇംഗ്ലീഷിൽ തന്നെ പറയണമെന്ന്?

മറ്റു പല ഭാഷകളിലും, സ്വന്തം ഭാഷയിലെ പേര്, അതിന്റെ ആദ്യാക്ഷരങ്ങൾ ചേർത്തു പറയുമ്പോൾ നമുക്കെന്തേ അതു സാധിക്കാത്തത്? അതുമാത്രമല്ല, അക്ഷരപ്പേര് ചേർത്തു പറയുമ്പോൾ, ബാക്കിയെല്ലാം മലയാളത്തിൽ പറഞ്ഞാലും അക്ഷരപ്പേരുകൾ ഇംഗ്ലീഷിലാവും. നോട്ടീസുകളിൽ ഞാൻ കണ്ടിട്ടുണ്ട്, ഇ എം എസ് എന്നെഴുതേണ്ടിടത്ത് EMS എന്നേ എഴുതൂ. മലയാളത്തിലും ഇതുതന്നെ വരുന്നു. കുഞ്ഞമ്പു അതിനെ 'കുഞ്ഞാമ്പു'വും കൊച്ചിയെ 'കൊച്ചിൻ' ഉം ആക്കി. കൊളമ്പിനെ 'കൊളംബോ' എന്നുമാക്കി. ചരൺസിങ്ങെന്നെഴുതുമ്പോൾ മലയാളത്തിൽ 'ങ' എന്നൊരു നല്ല അക്ഷരമുണ്ടായിരുന്നിട്ടും എന്തിനാണ് 'ംഗ്' എന്നെഴുതുന്നത്?

ഇംഗ്ലീഷ് പദങ്ങളുടെ ഉച്ചാരണം ഡിക്ഷ്ണറിയിൽ കൊടുത്തതുപോലെയാകണമെന്നുണ്ട്. പഞ്ചാബികൾ ഇട്ട പേര് 'ചന്ദിഗർ' നാമതു ചാണ്ഡിഗറാക്കി. ഹിന്ദിക്കാരുടെ പട്ടന, പാറ്റ്നയാണ് നമുക്ക്. അവർ പറയുന്ന ഖരീഫ് വിള നമുക്ക് 'ഖാരീഫാ'ണ്. അതുപോലെ ദീർഘം വേണ്ടിടത്ത്, 'പതാകാജാഥ' എന്നാണ് ഞാൻ പഠിച്ചിട്ടുള്ളത്. ഇപ്പോൾ 'പതാകജാഥ'യായി. എന്നാൽ ഇന്ത്യയെ ഇന്ത്യാ ആക്കും. അതുപോലെ, ഇന്ത്യ ഇൻഡ്യയും, ഹിന്ദു ഹിൻഡുവും ആയതെന്തിനാണ്? എന്തിനും ഇംഗ്ലീഷിനെ അനുകരിക്കുക എന്ന ഏർപ്പാടല്ലേ ഇതിനു കാരണം? മലയാളത്തിന് സ്വന്തമായൊരു ആത്മവത്തയില്ലേ? അതനുസരിച്ച് ഭാഷ പ്രയോഗിക്കുന്നതിൽ നിർബന്ധം വേണമെന്നാണ് എന്റെ പക്ഷം. അതെങ്ങനെ വേണമെന്ന് നാം തീരുമാനിക്കണം. എത്രയോ കാലമായി തെരഞ്ഞെടുപ്പെന്ന വാക്ക് പ്രചാരത്തിൽ വന്നിട്ട്. ഇപ്പോഴത്

'ഇലക്ഷനാ'ക്കുന്നതെന്തിന്? സർവകലാശാലയെന്ന മലയാള പദത്തിൽ നിന്ന് 'യൂണിവേഴ്സിറ്റി' വഴി വെറും 'വാഴ്സിറ്റി'യിലേക്കു പോകേണ്ട കാര്യമുണ്ടോ?

ഞാൻ ചിലപ്പോൾ മലയാളത്തിൽ ഒപ്പിടാറുണ്ട്. അതു പാടില്ലാത്രെ! ഒരൊപ്പേ പാടുള്ളൂ എന്നു നിയമമില്ലേ, എന്നാണ് ചോദ്യം. പേര് മാറ്റാൻ ഗസറ്റിൽ പരസ്യപ്പെടുത്തിയാൽ മതി. എങ്കിൽപ്പിന്നെ ഞാൻ മലയാള ത്തിലെഴുതുമ്പോൾ ഇങ്ങനെയാണൊപ്പിടുക എന്നൊന്നു പ്രസിദ്ധപ്പെ ടുത്തിയാൽ പോരെ? ഇതൊന്നുമാലോചിക്കാതെ, മലയാളം പോലും എഴുതാനറിയാത്തവരെ, ബലാൽക്കാരമായി ഇംഗ്ലീഷിൽ ഒപ്പിടാൻ പഠി പ്പിക്കുന്ന ഏർപ്പാടെത്ര കഷ്ടമാണ്?

ഇതിനെതിരായ ഒരു ബഹുജനപ്രസ്ഥാനം സംഘടിപ്പിക്കാൻ സർവ കലാശാലാ മലയാള വിഭാഗത്തിന് കഴിയണം. ഏതെങ്കിലും ദിനപ്പത്ര മെടുത്താൽ (എന്റെ *ദേശാഭിമാനി*യടക്കം) അതിന്റെ ഒരു ദിവസത്തെ ലക്കത്തിൽ കാണാവുന്ന പ്രയോഗ വൈകല്യങ്ങൾ വച്ചുതന്നെ ഒരുപന്യാ സമെഴുതാൻ ഞാൻ തയ്യാറാണ്. ദിവസേന പത്രത്തിലെഴുതുന്നവരാണ് മലയാളഭാഷയുടെ രൂപം നിർണ്ണയിക്കുന്നതെന്ന് വരുന്നത് കഷ്ടമല്ലേ? അവരുടെ ജോലി നിസ്സാരമാണെന്നല്ല പറയുന്നത്. അതവർ നിറവേറ്റു മെന്നുതന്നെ ഞാൻ പ്രതീക്ഷിക്കുന്നു. അതിലവരെ സഹായിക്കാൻ സർവകലാശാലകളെപ്പോലുള്ള സ്ഥാപനങ്ങൾ മുന്നോട്ടു വരണം.

പണ്ട് ഞങ്ങൾ പഠിച്ചിരുന്ന കാലത്ത് 'ഇംഗ്ലീഷുകാരന്റെ ഇംഗ്ലീഷ്' പഠിപ്പിക്കാനാണ് അധ്യാപകർ ശ്രമിച്ചിരുന്നത്. അതസാധ്യമാണ്. മല യാളികളുടെ ഇംഗ്ലീഷും തമിഴന്റെ ഇംഗ്ലീഷും തമ്മിൽതന്നെ വലിയ വ്യത്യാസമുണ്ട്. ഒരേ ഭാഷ പലരും പഠിക്കുമ്പോൾ ഈ വ്യത്യാസമു ണ്ടാകുമെങ്കിൽ, 'റാണിയുടെ ഇംഗ്ലീഷ്' തന്നെ വേണമെന്നു ശഠിക്കുന്ന തിൽപരം അബദ്ധമുണ്ടോ?

എന്റെ സങ്കടമതല്ല. നാമെഴുതുന്നത് ഇംഗ്ലീഷുകാരന്റെ മലയാള മായി മാറിക്കൊണ്ടിരിക്കുകയാണ്. കുഞ്ഞമ്പുവിനെ കുഞ്ഞാമ്പുവാ ക്കുന്നതും മറ്റും ഇംഗ്ലീഷുകാരനെ അനുകരിക്കാൻ പാടുപെടുന്ന മല യാളിയുടെ മലയാളമല്ലാതെ മറ്റൊന്നുമല്ല. ഇതവസാനിപ്പിക്കാൻ കേരള ത്തിലെ സർവകലാശാലാ മലയാള വിഭാഗങ്ങളും സാഹിത്യ അക്കാദമി പോലുള്ള സ്ഥാപനങ്ങളും പത്രപ്രവർത്തകരും മറ്റെല്ലാവരും ഒരുമിച്ചു ചേർന്ന് പ്രവർത്തിക്കേണ്ടിയിരിക്കുന്നു 'രൂപഭദ്രത'ക്കാർ ഇതിൽ ശ്രദ്ധി ച്ചിരുന്നുവെങ്കിൽ ഈ വഴിക്കുള്ള നീക്കം എന്നേ തുടങ്ങാമായിരുന്നു. മുപ്പത്തിരണ്ടു വർഷത്തിനു ശേഷം ഇപ്പോഴെങ്കിലും നമുക്കത് തുടങ്ങാം.

ആശാനും മലയാളസാഹിത്യവും

ഇ എം എസ് നമ്പൂതിരിപ്പാട്

ആശാൻകൃതികളെക്കുറിച്ച് പല നിലപാടുകളിൽ നിന്നുകൊ ണ്ടുള്ള വിസ്തൃത പഠനങ്ങൾ ഒട്ടേറെ ഉണ്ടായിട്ടുണ്ട്. ആ പഠനങ്ങളി ലൊന്നിലും പ്രത്യക്ഷപ്പെടാത്ത ചില പുതുമകൾ അവകാശപ്പെടാവുന്ന ഗ്രന്ഥം. മാർക്സിസ്റ്റ് വീക്ഷണത്തിന്റെ മാനദണ്ഡം ഉപയോഗിച്ച് ആശാൻകൃതികളെ വിലയിരുത്താനുള്ള ശ്രമമാണ് ഇവിടെ നടത്തിയി ട്ടുള്ളത്. ആശാനെക്കുറിച്ചും ആശാൻകൃതികളെക്കുറിച്ചും നിലവിലുള്ള പല സങ്കല്പങ്ങളും ഇതിൽ ചോദ്യം ചെയ്യപ്പെട്ടിരിക്കുന്നു. മൗലികത യുടെയും മൂല്യപുനർ നിർധാരണത്തിന്റെയും ചൈതന്യമുൾക്കൊള്ളുന്ന ഈ കൃതി മലയാള സാഹിത്യ നിരൂപണത്തിൽ ഒരു നാഴികക്കല്ലാണ്. കേരള സർവകലാശാല മലയാളവിഭാഗത്തിന്റെ ആഭിമുഖ്യത്തിൽ 1980 –ൽ ഇ എം എസ് നടത്തിയ ആശാൻ സ്മാരക പ്രഭാഷണം

9 789382 328629

Printed by Libri Plureos GmbH in Hamburg,
Germany